Rừng Phong

&

Hoa Đăng

thơ Vũ Hoàng Chương

Hàng Thị tái bản

2024

Title: Rừng Phong & Hoa Đăng
Subtitle: thơ Vũ Hoàng Chương
Author: Vũ Hoàng Chương
First US Edition 2024
Edited and annotated by Tran, N.K.

ISBN-13: 978-1-949875-33-1
ISBN-10: 1-949875-33-4

Printed and bound in the United States of America

Published by
Hàng Thị
Henrico, Virginia, USA
www.hangthi.com

Cover designed by André Tran

Vào Đây Sẽ Gặp

Hàng Thị tái bản

Lời Nói Đầu

Sau Thơ Say & Mây, đây là tập thứ hai trong dự án in lại và phát hành các thi phẩm của nhà thơ Vũ Hoàng Chương, theo lời ủy thác của Vũ Hoàng Tuân - ông đã giao cho chúng tôi nhiệm vụ tái bản tại Hoa Kỳ tất cả các tác phẩm của thân sinh ông - nhà thơ Vũ Hoàng Chương. Lần lượt, chúng tôi sẽ cho in lại và phát hành các tập kế tiếp, khi thời gian và điều kiện cho phép.

Thi phẩm Rừng Phong do nhà in Phạm Văn Tươi xuất bản tại Sài Gòn năm 1954, và thi phẩm Hoa Đăng do Văn Hữu Á Châu xuất bản, cũng tại Sài Gòn, năm 1959. Vũ Hoàng Chương đã được trao *Giải Thưởng Văn Chương Toàn Quốc 1958-1959 về Thơ* với thi phẩm Hoa Đăng này. Trong Rừng Phong, có hai câu thủ bút viết thảo chữ Hán, và cũng như trong trong Hoa Đăng, có một số bài thơ ghi là "Hán tự và Quốc âm", nhưng chỉ in phần Hán Việt mà không có nguyên gốc chữ Hán. Với sở học rất thô thiển, chúng tôi đã mạo muội ghi lại bằng Hán tự trong Phụ Lục khi có thể, để tiện việc tra cứu thêm về sau - phần này xin độc giả vui lòng *kiểm lại kỹ* trước khi sử dụng. Phần Phụ Lục cũng có một ca khúc do Lê Tấn Dương phổ nhạc một đoạn thơ trong bài *Trả Ta Sông Núi*.

Ngoài các tác phẩm được chính thức ấn hành, Vũ Hoàng Chương còn gởi thơ đăng trên nhiều nhật báo, tạp chí, tập san. Cũng có những bài thơ lại được in vào hai hay nhiều thi phẩm. Khi gặp trường hợp này, và nếu tìm gặp tài liệu gốc, chúng tôi tra cứu và so sánh các bản này với nhau, rồi ghi chú mọi dị biệt nếu có.

Không phải là nhà phê bình hay nghiên cứu về thi ca - công việc này đã có các học giả cao minh cùng các nhà khảo cứu có phương pháp, có kiến văn - chúng tôi chỉ làm công việc sưu tầm, sao chép thật cẩn trọng, chỉ sửa các lỗi ấn loát hay chính tả khi thật cần thiết. Mục đích chính yếu là cung cấp cho bất cứ ai cần đến các tài liệu tương đối đầy đủ, đáng tin cậy, để khỏi mai một những di sản quí báu của đất nước.

Ngoài bản in, sẽ có bản điện tử dạng pdf để việc tìm kiếm lời thơ, câu thơ, hay bài thơ được dễ dàng hơn. Nếu tập thơ nhỏ này, ngoài việc thực hiện lời ủy thác của người bạn năm xưa, có giúp ích được bạn đọc nào muốn tìm hiểu thêm về văn nghiệp của một thi hào dân tộc, thì chúng tôi đã vô cùng mãn nguyện.

Trước khi dứt lời, xin nói lên lòng tri ân giáo sư Từ Mai Trần Huy Bích, người đã tiếp hơi cho nguồn cảm hứng và khích lệ chúng tôi trong việc tìm hiểu và sưu tầm thơ Vũ Hoàng Chương, cùng cảm tạ các bạn hữu gần xa đã giúp đỡ rất nhiều trong việc sưu tầm và đánh máy khoảng hơn 15 năm trước đây.

Sau cùng, xin cảm ơn hai bào huynh Ngọc Sách và Trần Ngọc đã không ngừng khuyến khích, cổ động, cùng Mỹ An, người bạn đời, đã tạo mọi điều kiện thuận lợi để một thường nhân như chúng tôi có thể tiếp tục cuộc hành trình tưởng như bất tận này.

Henrico, đầu hạ 2024
N.K

Rừng Phong

Vũ Hoàng Chương

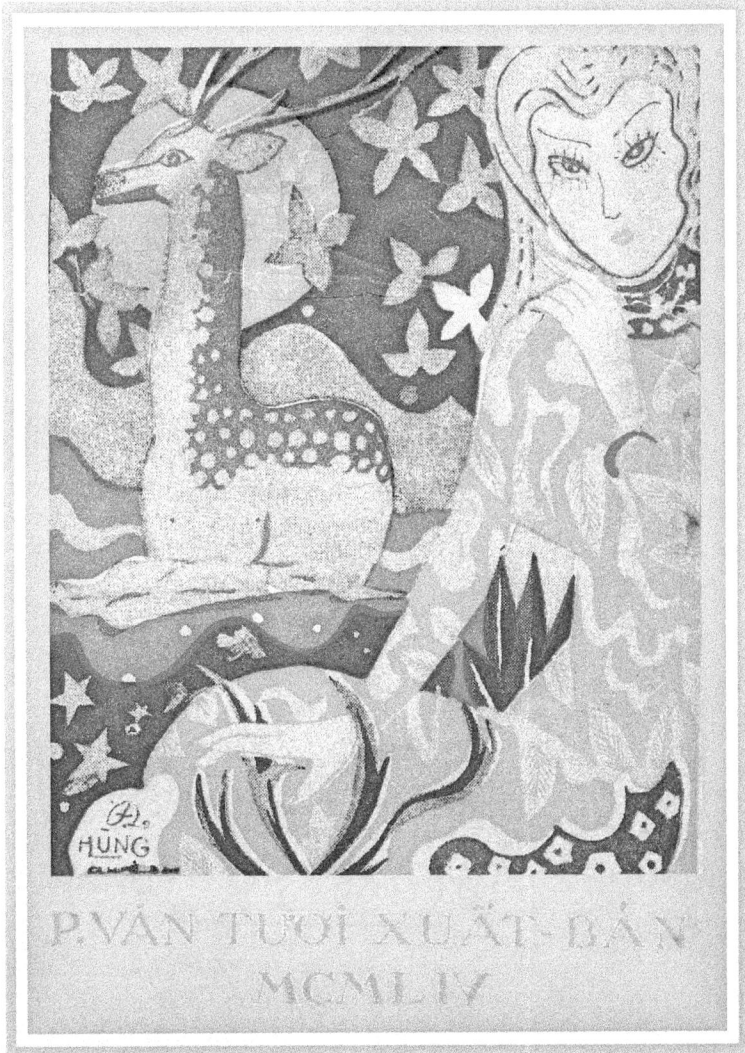

LOẠN TRUNG BÚT

xin xem Hán tự (chính thể) ở phần Phụ Lục

Hàng Thị tái bản

Nguyện Cầu

Ta còn để lại gì không
Kìa non đá lở, này sông cát bồi
Lang thang từ độ luân hồi
U minh nẻo trước xa xôi dặm về
Trông ra bến hoặc bờ mê
Nghìn thu nửa chớp, bốn bề một phương
Ta van cát bụi trên đường
Dù nhơ dù sạch đừng vương gót này
Để ta tròn một kiếp say
Cao xanh liều một cánh tay níu trời
Nói chi thua được với đời
Quản chi những tiếng ma cười đêm sâu[1]
Tâm hương đốt nén linh sầu
Nhớ quê dằng dặc, ta cầu đó thôi
Đêm nào ta trở về ngôi
Hồn thơ sẽ hết luân hồi thế gian
Một phen đã nín cung đàn
Nghĩ chi còn mất hơi tàn thanh âm

[1] Trong thi phẩm **Cảm Thông** (1960), hai câu này được đổi thành
   Thơ ta chẳng viết cho đời
   Không vang nhịp khóc dây cười nào đâu

Thoát Hình

Rào rạt trong cây nhựa trắng ngần
Đã nghe dồn cả tới đài xuân
Đã nghe rào rạt từng cơn gió
Về mách tin hương với cõi trần

Vườn đây rừng đấy cùng xao xuyến
Này phút hồn hoa sắp hiện thân
Nụ đã trên cành đau đớn cựa
Giờ thiêng hấp hối đã nghe gần

Muôn vạn tế bào đang hủy thể
Vâng theo ý lớn nhịp xoay vần
Phá cho thành đấy, sinh là diệt
Đời "quả" lên từ mỗi xác "nhân"

Kìa mảnh da ngà đang nứt rạn
Cho tròn một kiếp chẳng phân vân
Lòng cây mấy thuở ai người biết
Từng khóc từng reo đã mấy lần

Nhựa ứ càng cao niềm giục giã
Đất trời mong mỏi nức hương lân
Cánh hoa sắp hé phô kiều diễm
Nụ thoát hình trong phút nhập thần

Ôi đã then sương cài lỏng lẻo
Buồng thơm rạo rực ý thanh tân
Có ai tha thiết ngoài mây nước
Chờ lối Đào nguyên tự mở dần

Ta mở trang lòng nguyên vẹn mãi
Chưa từng hoen ố vết trầm luân
Đêm nay xuống một bài thơ trắng
Cầu nguyện cho đời nở ái ân

Bài Ca Sông Dịch

Đời lắng nghe đây trầm tư hồn bể dâu
Bàng bạc trường giang lạnh khói
Đìu hiu điệp khúc ly sầu
Đã mấy thời gian nằm u hoài sông Dịch
Tiễn kẻ-một-đi người kiếm khách Đông Châu
Ôi sóng ngát dư linh! trải bao đời, có biết
Hào khí ai xưa giờ vang bóng nơi đâu
Phải chăng ngươi? phải chăng kìa dấu vết
Tinh anh rờ rỡ ngàn sau
Nước trôi đây, nước trôi bờ cõi Việt
Âm u rợn tiếng ghê màu
Ai tráng sĩ bao năm mài gươm dưới nguyệt
Còn tưởng nghe hồn thép múa sông sâu
Kinh Kha hề Kinh Kha
Vinh cho ngươi hề ba nghìn tân khách
Tiễn ngươi đi tiếng trúc nhịp lời ca
Biên thùy trống giục
Nẻo Tần sương sa
Gió thê lương quằn quại khói chiều hà
Buồn xưa giờ chưa tan
"Phong tiêu tiêu hề Dịch thủy hàn"
Bạch vân, bạch vân! kìa ngang rừng phấp phới
Ôi màu tang khăn áo lũ người Yên

Nhịp vó câu nẻo Hàm dương tung bụi
Ta nghe, ta nghe! này cuồng phong dấy lên

Tám phương trời khói lửa
Một mũi dao sang Tần
Ai trách Kinh Kha rằng việc người để lỡ
Ai khóc Kinh Kha rằng thềm cao táng thân
Ai tiếc đường gươm tuyệt diệu
Mà thương cho cánh tay thần
Ta chỉ thấy
Tơi bời tướng sĩ, thầy ngã hai bên
Một triều rối loạn, ngai vàng xô nghiêng
Áo rách thân run hề ghê hồn bạo chúa
Hùng khí nuốt sao Ngâu hề nộ khí xung thiên
Một cánh tay đưa mà danh lừng vạn cổ
Hiệp sĩ Kinh Kha hề ngươi thác đã nên

Ta há quan tâm gì việc thành hay bại
Thế gian ơi! kìa bãi bể nương dâu
Cung điện Hàm dương ba tháng đỏ
Thành xây cõi dựng là đâu
Nào ai khởi nghiệp đế
Nào ai diệt chư hầu
Ca trùng lửa đóm, cũng hoàn phản không hư,
                dù lăng ngà hay cỏ khâu

Riêng tồn tại với thời gian việc làm tín nghĩa
Tranh sáng với trăng sao tấm lòng trượng phu
Một nét dao bay ngàn thuở đẹp
Dù sai hay trúng cũng là dư
Kìa uy dũng kẻ sang Tần không trở lại
Đã trùm lấn Yêu Ly hề mờ át Chuyên Chư
Ôi Kinh Kha
Hào khí ngươi còn sang sảng
Đâu đây lòa chói giấc mơ
Nước sông Dịch còn trôi hay đã cạn
Gương anh hùng dằng dặc sáng thiên thu

Ngẫu Cảm

Sao lên từng nụ ngọc lưu ly
Trái đất còn xanh chẳng vội gì
Hồ giỡn gót sen mây bạc đắm
Sông trôi tóc liễu gió vàng si
Trời mong thu tới cao vầng trán
Núi hẹn xuân về đậm nét mi
Cặp mắt trùng dương vừa gợn sóng
Kìa hoa đương độ nguyệt đương thì

Sống giữa chiêm bao vạn cuộc đời
Trắng tay sầu ngất tám phương trời
Thanh gươm quyết tử mài chưa bén
Ngọn bút mưu sinh giá cũng hời
Dâu bể hoang mang lòng phật khóc
Gối chăn lạnh lẽo tiếng ma cười
Bên sông từ đấy hoa mai nở
Không chút cuồng si tưởng bóng người

Trời vô tâm quá đất vô tình
Biết gửi vào đâu cái-chính-mình
Tiếng ếch đã trùm lên tiếng sóng
Màu đen lại ngả xuống màu xanh
Uống cho thơ dẫu bày trăm trận
Ngán nhẽ sầu khôn phá một thành
Tưởng tới nguồn đào thôi lại tiếc
Con thuyền đêm ấy nhẹ tênh tênh

Trở gót quê say ngược Suối Điều
Nét hoa mờ tỏ sóng phiêu diêu
Lên tiên về tục thương Từ Thức
Lấy ảo làm chân học Thúy Kiều
Vạn thuở đắng cay gì đỗ vũ
Một cành yên ổn chứ tiêu liêu
Đường xuôi cây đá bừng nhân ảnh
Cầu quạ chênh vời nguyệt té xiêu

Lửa khóa then mây bốn vách trời
Về đâu mộng cũng chẳng đành nơi
Vẫn chưa ý gửi vào thơ được
Mà đã dâu toan hóa biển rồi
Ngọn gió nghe chừng xoay mãi hướng
Vầng trăng ai nỡ xẻ làm đôi
Tin xuân lạnh lắm rồng ao cạn
Há chỉ phòng thu lệ nến rơi

Này lúc ngàn hoa đẹp sắc hương
Ghen gì tô điểm, hỡi Thu Nương
Cay men đối cảnh ngùi muôn thuở
Ôm bệnh lên lầu cảm bốn phương
Thuyền mộng đã trôi vào lửa khói
Tơ tình lại dệt xuống văn chương
Áo xanh buổi ấy màu thêm bạc
Mái tóc lo đời cũng nhuốm sương

Mộng Đẹp

Tin mùa xô vỡ chiêm bao
Liềm treo lệch bấc, trăng vào đầy song
Mây Đằng vương, khói A phòng
Đê mê, nửa gối hàn phong, giật mình
Trai thơ gái nhạc đêm quỳnh
Giữa chừng vui sáo ly đình véo von
Tiêu tương nhòa nẻo phấn son
Trắng tay, ngờ lạ màu non nước Tần
Canh gà vang lối dương trần
Còn nghe nức nở thu phần tiếng ai
Chiếu chăn sực nức hương nhài
Xác con hồ điệp chưa ngoài giường thu

Thảnh Thơi

Ta nằm thanh thản trong Cây
Bóng tỏa vô biên lồng lộng Sắc
Rễ uốn tràng giang ngoài thôn khói vườn mây
Thu gọn thời gian vào chớp mắt
Nền Âm Dương ngự thuở bắt đầu xây

Muôn vàn tinh tú thơ ngây
Hoa nở đèn treo tám phương vằng vặc
Ta đã vừa đây
Chiếm đoạt ngôi Trời khoảnh khắc
Đem lửa Thiên Cung về Cao mắc trên Cây

- Đời có biết khu vườn xa lắc
Cây vĩ đại, gốc ta trồng Cực Bắc
Cành suốt Cung Nam hề lá rợp Đông Tây

Mộng tới gì đây hề nhớ được gì đây
Hồn không cánh bổng ngao du hề kim cổ phút giây
Ai rằng ta điên? cũng ừ rằng ta say
Gã viết Ly Tao Từ! ngươi tỉnh, hoài thay

Xác phàm ta vẫn nằm đây
Áo manh thu muộn, lều tranh hơi may
Bấc thơm hồ lụn, bầu men không đầy
Chỉ lật bàn tay hề, chưa lật bàn tay
Vạn tượng khinh thanh vẫn mờ không chút gợn

Mà trọn giấc tiêu dao hề Vô Cùng to lớn
Giấc thiên du trùm hết Cao Dày
Lòng cỏ bồng kia hư nhiên còn ngợp rợn
Nghe bể Bắc trời Nam vào cây đó lều đây

Bụi trần nho nhỏ
Tinh cầu hây hây
Khuất Nguyên! Khuất Nguyên hề! ta nào ta say

Bài Ca Dị Hỏa

Đêm hỏa táng trần tâm, cõi đời nghiêng đổ
Thịt xương ôi! nằm nhé đất oan khiên
Trần cấu lâng lâng ngoài cửa mộ
Ta thoát hình, nương khói bay lên

Bắc đẩu ngang trời bạch lạp
Mây chiều nghi ngút tòa sen
Khối kim ô bừng đỏ nén hương đền

Tịch mịch! hỡi ơi cuồng dạ
Say, ta đốt Thời Gian trong dị hỏa
Tro tàn nẩy thắm quanh bên
Ngai son trầm mặc, sầu Đông Á
Ngủ nụ cười rêu tượng Đế thiên
Bóng oanh liệt, Đồ bàn Kim tự
Ai hoài dâu bể tháp cô miên
Khoảnh khắc bỗng mang mang hồn gạch đá
Rụng muôn đời bi phẫn máu chim quyên

Bể xanh rũ áo tang điền
Tinh cầu trở gót
Quay về buổi mới khai thiên
Phấp phới[1] Hư Không, kìa muôn loài hỗn hợp
Trái đất ban sơ, này khối lửa y nguyên

Ta say, ta đốt

Ta nằm, ta quên

Và ta nhớ, thuở lòng ta lẫn một

Với âm dương, đằm thắm ý giao duyên

Là đây ngọn lửa đoàn viên

Khói hương tiền sử bên đèn nao nao

[1] Trong thi phẩm **Cảm Thông** (1960), hai chữ *phấp phới* in là *phất phới:*

Phất phới hư không, kìa muôn loài hỗn hợp

Nỗi Buồn Sông Núi

Ta đến nhân gian lạ cõi bờ
Này sông lưu lạc, núi chơ vơ
Nỗi buồn sông núi, ai người biết
Máu cũng chưa hề rỏ phím tơ

Non khóc mùa xuân nước đợi thuyền
Ôi, non tàn cục! nước vô duyên
Sóng bao giờ nhỉ, chèo thi bá
Rừng trọn đời thôi lệ đỗ quyên

Vụt sáng đêm nao lối thệ nguyền
Hồn say thông cảm ý sơn xuyên
Hương xưa khoảnh khắc về tươi ngọn
Nhạc mới vang dòng một kỷ nguyên

Cho ngọn núi, dòng sông từ đó
Hương ngàn xưa bén nhạc ngàn sau
Riêng ta, mười ngón thơ còn đỏ
Lòng Trích Tiên còn vạn kiếp đau

Duyên Mùa Tận Thế

Giây khắc trầm tư loạn dáng màu
Trời ơi! hồn cả nghẹn thương đau
Thế gian đương tự tay đào huyệt
Địa phủ gần kia lửa vạc dầu

Bốn phương bể héo non nhầu
Đông tan, Đoài vỡ tinh cầu ngửa nghiêng
Nằm đây u uất đài thiêng
Dư ba gợn đắng niềm riêng một người

Thiên lương quằn quại giữ màu tươi
Thể chất còn thoi thóp nhạc trời
Dạo xứ phân tranh, mùa hỗn độn
Biết lòng ta vẹn, nhé Xa Khơi

Lệ tuôn vòm khói châu rơi
Cũng hoài như ngọc vang cười thác men
Sóng chai cựa dáng hoa đèn
Môi nào thuộc, mắt nào quen, ta chờ

Đợi ai về ngự sáng ngai Thơ
Người bạn đầu tiên thuở bấy giờ
Ước cũ: tái sinh ngày tận thế
Tìm nhau cùng nối mộng ban sơ

Cánh bằng siêu thoát hư vô
Sau lưng bỏ sụp cơ đồ trần gian
Ngẩng lên nàng vẫn hồng nhan
Đê mê ánh bút hương đàn chầu quanh

Chừ đây trái đất vỡ tan tành
Em đã về kia gặp lại anh
Nụ chúm nhung đào tươi lửa bấc
Thu ba nồng rượu khóe long lanh

Phù du trọn cuộc viễn hành
Trăng tà treo đỏ, mây thành chắn ngang
Trầm luân vụn đá phai vàng
Bước ra ngoài giấc mơ màng đón nhau

Thôi mặc thời gian liệng trái sầu
Gác tai ngựa hý quốc gào đau
Dang tay trở gót về Nguyên thủy
Rào kín vườn xưa khép cánh lầu

Đôi ta dựng một thiên cầu
Bể xanh vĩnh viễn nương dâu đời đời
Tiền sinh ôn việc đổi dời
Xiết bao ngờ vực: kiếp người đó ư

Trong thi phẩm **Thi Tuyển** (1963), tựa của bài thơ này được đổi thành
Bài Ca Tận Thế

Bài Ca Dị Sử

Hồn bỗng lên hương kỳ ảo
Phút giây bừng ánh thần quang
Ta sống nhập bầy hoa thảo
Nghìn thu mộ vắng lầu hoang

Cỏ mộ truyền đời giông bão
Hoa lầu nối kiếp phong sương
Ta mở từng trang di cảo
Nằm sâu tận đáy anh hương

Này bóng xiêm nghê tiếng gót vàng
Trầm tư, hồi ảnh nép dư vang
Từng thiên chi phấn bay nùng diễm
Đạm đạm mùi da tóc nữ lang

Một thuở nào xưa lầu hẹn nguyệt
Vườn mong tin gió thiếp mê chàng
Cây khuya hàm tiếu hoa tình mới
Thu gọn trong đài nét vãn trang

Bao mùa châu rụng mỏ thư cưu
Rượu thấm quỳnh tương vạt áo cừu
Trướng lụa thang lan ngà ngọc nõn
Hoa nghiêng đầu chép sử phong lưu

Hỡi ơi! tàn mặc nét phai dần
Một buổi giường thơm lạnh dáng xuân
Nối mục "Hoa lầu tang tóc úa"
Này trang "Thê thiết cỏ thu phần"

Lá vạn mùa sương, rễ cửu nguyên
Hằng đêm chiêu niệm vía thuyền quyên
Chùm phương thảo đã khô sầu nhớ
Chưa gọi hồn ai thức vẹn tuyền

Chỉ thoáng hàn quang lững đừng qua
Chập chờn phong nguyệt tiếng cười ma
Dấu sen ngọn cỏ vương trần tích
Dạ vũ mờ bay dải nhuyễn la

Chừng như người thiếu nữ đa tình
Thể chất mồ hoang ngủ tuyết trinh
Mà áng di hồn nương vũ trụ
Sông chiều ải tối ngát anh linh

Cả một đời cô gái đẹp
- Buồng khuê về đến mồ sâu -
Bằng chữ vô hình, đã chép
Vào hương cỏ mộ hoa lầu

Ôi cỏ hoa nào hận kiếp xưa
Hương bay sầu muộn tới bây giờ
Hoa ơi! hỡi cỏ ngùi hoang phế
Đã nói cùng ta cạn ý chưa

Ta thoát hồn ta nhập các ngươi
Cảm thông giây phút thấu luân hồi
Sao nghe thăm thẳm trong tiền kiếp
Muôn vạn niềm riêng vẫn nín hơi

Khép riêng trời đất cõi hư linh
Đâu chỉ vài trang sử diễm tình
Hỡi cỏ hoang phần, hoa lãnh các
Sao còn then khóa nẻo u minh

Ta níu hương hồn các ngươi
Thấp thoáng đèn mưa khói nguyệt
Ta chờ mãi mãi không thôi
Và gắng công tìm bí quyết

- Hoa lầu cỏ mộ kia ơi
Có hiểu lòng ta tha thiết
Một sớm ta nằm đáy huyệt
Còn mê dị sử muôn đời

Hương Rừng

Óng ả bờ lau nguyệt thượng tuần
Lòng khe sỏi vụn mát da chân
Say mê vạt áo chàm sơn nữ
Lội suối tìm hoa nẻo cách trần

Tầng tầng rêu ẩm đá cheo leo
Đồi sậy quanh co lớp lớp đèo
Nhẹ gót phiêu bồng noi viễn ảnh
Trăng ngàn đưa lối gió ngàn theo

Mờ tỏ đâu đây hiện xóm Mường
Nhà sàn e lệ nép trong sương
Mùa xuân chốn ấy riêng bờ cõi
Hẳn nụ-tình kia vẫn khép hương

Trăng nhô liềm bạc núi Thiên thai
Ta nhớ chiều xưa Vọng mỹ đài
Cặp mắt là đây, tiền kiếp nhé
Vành cong cong vẽ nguyệt sơ khai

Xinh xinh viền gấm bảy màu phô
Dưới ngực huy hoàng dợn sóng tơ
Xiêm biếc thon thon đường tuyệt kỹ
Áo dài buông trắng gót rung thơ

Ta còn ngây ngất vẻ lâm tuyền
Người đã ân cần miệng hé duyên
Ngọc nõn hai hàng son bọc thắm
Ta ngờ vi vút nhạc rừng lên

Một xuống non xanh rối nẻo về
Tóc nào mây tám ngả sơn khê
Châu Lương mà có chàng ngư phủ
Nhận dấu Đào nguyên bước bước mê

Đêm Kỳ Bút

Nòi si, cốt nhạc, giống đa tình
Vạn thuở còn say bóng nguyệt chênh
Mực ngát trang thơ, dòng thạch bản
Đằm tươi màu tóc Thôi Oanh Oanh

Trăng sáng ngờ hoa động cách tường
Câu thần phơi phới vóc băng sương
Đã ai về ngự đêm kỳ bút
- Dải gấm phong lơi nhụy hải đường

Chất mởn đào yêu, nõn ngó sen
Nát tơ nhàu lụa phút trần duyên
Cánh tay hằn vết son đài các
Ôi, đóa hồ ly, nụ giáng tiên

Bút tuôn phong vũ mấy vần thơ
Ai đó tình si tự kiếp xưa
Khiến kẻ ngàn sau nằm đọc sách
Còn mơ lần nữa giấc ai mơ

Ta nằm mơ lại giấc mơ cuồng
"Vọng mỹ nhân hề thiên nhất phương"
Gối nệm gây gây mùi dị phấn
Lòng đơn nặng trĩu gái Tây Sương

Chờ Đợi Hoài Công

Ta đợi em từ ba mươi năm
Uổng hoa phong nhụy hoài trăng rằm
Heo may chớm đã lên mùa gió
Ngăn ngắt chiêm bao lạnh chiếu nằm

Cúc tả tơi vàng mộng xác xơ
Hiên sương ngõ lá vẫn trông chờ
Đêm dài quạnh hé đôi song lớn
Nguyệt đọng vòng tay úa giấc mơ

Ngai trống, vàng son lợt sắc rồi
Lòng ta, Hoàng Hậu chẳng về ngôi
Hồ ly không hiện, người không đến
Chỉ ánh trăng vào khuôn cửa thôi

Hiu hắt tình trai một kiếp suông
Mênh mông nệm gối rét căn buồng
Lệ sa bạch lạp, ngàn đêm trắng
Thơ vút sầu say, rượu nhập cuồng

Đã mấy canh khuya nụ ngát nhài
Kết chưa thành mộng ý Liêu trai
Lung linh nguyệt thấm vàng trang sách
Đợi chẳng bừng sen nhịp gót ai

Thôi thế hoài thơm tuổi dịu hiền
Cánh khô mầm lụi, trót hoa niên
Chương đài ca quán, ôi hồng liễu
Nửa cuộc trần gian lợm yến diên

Khắp đã nghe tìm mỏi núi sông
Đâu sương vó ngựa, gió mui bồng
Gió sương giờ vẫn buồng đây lạnh
Em hỡi! phương nào em có không

Bài Ca Ngư Phủ

Màu xanh cây lúa mờ xa cánh đồng
Hoàng hôn nhuộm úa thu già trên sông
Lênh đênh trời nước bềnh bồng
Thuyền trôi như lướt hư không
Vòm cao dìu dặt
Chen sắc lam hồng
Ai xòe chiếc quạt mênh mông
Đỏ cháy non Đoài
Vằng vặc phương Đông
Chén vàng ai cất dâng mời
Ta say chén nguyệt, tình ơi
Lời ca ta gửi xa vời thăm thẳm buồng thêu
Cầm ngang mái chèo
Buông theo dòng lạnh
Một con thuyền trong ánh tà dương
Hồn nương tiếng hát
Trôi giạt về đâu
Gió đưa giùm nhé qua lầu cô gái đài trang
Rằng ta vò võ yêu nàng
Song hoa bặn bặt khép
Nghìn dặm trong tấc gang
Hỡi người thâm khuê lụa gấm son vàng
Đây, một kẻ si tình áo lá
Cuồng vọng mê nàng

Thao thức giữa trời cao nước cả
Dạo con thuyền ngư phủ ngược xuôi trường giang
Tiền thân một giấc huy hoàng
Đào nguyên còn lộng hào quang đến giờ
Hỡi người nhan sắc vô tình ấy
Ta đã lòng son cháy ước mơ
Đắm say rồi nàng ôi
Dừng chèo lên tiếng hát
Vang lừng trăng gió phượng bay tìm đôi
Ôi chiều nay
Bức rèm nhung tơ, gác vàng xa xôi
Biết có vẳng dư ba lời ca bồi hồi
Biết có gợn phong ba lòng ta gọi đôi
Cuồng ca một khúc
Đắm say rồi
Nàng ôi
Nàng ôi

Tình Thuở Thanh Bình

Có một mùa thu đẹp chẳng ngờ
Mây chiều rải lụa sớm giăng tơ
Nắng thanh bình cũng vàng như bướm
Hoa cũng vàng như nguyệt trẻ thơ

Lòng đất bừng lên tiếp ý trời
Tuổi em mười sáu, anh hai mươi
Say duyên còn khép hương phong nhụy
Mở một đào nguyên giữa cuộc đời

Mê tình đắm đuối hơn mê nhau
Chẳng nghĩ đường xa chẳng biết sầu
Khúc khích chim vàng trong khóm biếc
Cười ai bỡ ngỡ chiếc hôn đầu

Lòng nhịp theo lòng tay nắm tay
Nho đương mùa ngọt trái môi say
Dưới hoa đêm ấy nồng âu yếm
Đâu biết hương thề lạnh tối nay

Tưởng ngâm mãi khúc Bạch đầu ca
Chị nguyệt ai ngờ dối chúng ta
Non nước, trời ơi! này một cuộc
Bể dâu tàn nhẫn, bóng xuân qua

Ôi thôi cuộc thế hết thanh bình
Cái tuổi thơ ngây của chúng mình
Đã hết rồi em!... và cũng hết
Cả mùa thu ấy đẫm men tình

Trăng hết là trăng của ái ân
Mây phai màu tóc ý trung nhân
Nắng tan một giấc mơ thi sĩ
Hoa héo mùi hương miệng nữ thần

Nghe chớm hơi may lạnh bốn trời
Nhớ nhung mùa cũ tiếc ngày vui
- Em Kiều Thu ạ! mười năm cách
Lòng gã Hoàng Lang vẫn ngậm ngùi

Tờ Hoa

Một mảnh hồng tiên trĩu ngón tay
Hương mùa-xuân-mất ngậm ngùi bay
Xa xôi mái tóc thơm màu mực
Dáng chữ thanh tao gợi nét mày
Em vẫn Kiều Thu tròn tuổi nguyệt
Trần ai nào lấm được thơ ngây
Trán nghiêng tâm sự môi còn mím
Như thuở ban đầu mộng chớm xây
Viết gửi cho ta niềm tưởng nhớ
Hồn phong ân ái bức thư này
Em ơi! thăm thẳm mười năm cách
Gặp lại nhau rồi, em có hay
Trong mộ[1] thời gian, chừng đã thấu
Tờ hoa linh động sắc hây hây

[1] Trong thi phẩm **Ta Đợi Em Từ Ba Mươi Năm** (1970), chữ *mộ* trong
câu này in là *một*:
    Trong một thời gian, chừng đã thấu

Bài Ca Hoài Tố

Mùa đã sắp thu rồi, trăng ướt sương
Nến lụi chiêm bao, nằm xa nhớ thương
Hơi tiếng xưa, còn gió thơm canh trường
Em Kiều Thu giờ lầu ai phấn hương

Ôi tóc xõa buông mây, rằm[1] tuổi nguyệt tròn gương
Mỏi mắt tương tư hoài, riêng đầu sông Tương
Máu rụng cánh hoa lề phố cũ
Tan tác thuở ân tình chớm nụ
Trăng xế lan can, ồ, vai kề yêu đương
Nửa giấc cô miên, này, bóng hoa động tường

Một phen tan vỡ miếu đường
Ôi, mây mùa thu, nguyệt mùa thu
Dĩ vãng sầu cao vời vợi
Tháng sáu mười hai rồi em hỡi Kiều Thu

Ta đốt tâm hương mà phương trời gọi em
Hồn phách khuya nay chừng gối chăn êm đềm
Có gợn cảm thông nào, làn da tuyết trinh
Nơi vết hôn xưa, từng cháy men đa tình

Trăng sầu rung sáng rèm the
Một chút kỳ hương ta gửi đó
Hồn ta đã tan vào hơi gió
Quanh quất mình em rồi, hồn em có nghe

Mười năm rụng ước phai thề
Ôi hoa đầu tiên, Mộng đầu tiên
Lòng ấy sông bồi núi lở
Tháng sáu mười hai rồi em nhớ hay quên

Chớm thu, ngày bước sang thuyền
Lại đã mười hai tháng sáu
Nghe mờ hận cũ hoa sen
Ngút ánh trăng phơi ngoài giậu

Bốn hiên khuya, tà nguyệt bạch lên sương
Chiếc áo năm qua, hừ, buổi mai tựu trường
Vạt mỏng manh the, này, ta quỳ dưới chân
Đôi gót san hô còn vắng tin bụi trần

Tuổi thiêng rụng cánh thiên thần
Ôi thôi! còn chi? em là ai
Giọt lệ chiều nay đẫm máu
Gọi hồn em ngày-chưa-tháng-sáu-mười-hai

Ta đã mất em rồi Kiều Thu ngày xưa
Hào quang đã phai rồi, tóc mun dòng thơ
Đã hết tìm em dù chỉ tìm trong mơ
Thuở trước tinh anh, mà thể phách bây giờ

Hãy tự hủy đêm nay vào dĩ vãng
Tan tành[2] cho tận nhập với hư vô
Lòng hết trần gian, đời thôi năm tháng
Ôi Kiều Thu! hồn em cũ ngây thơ

Ta quyết[3] gặp chính-em-mùa-thệ-ước
Con đường tận thế trăng lu
Vì ta vẫn là ta thuở trước
Kiều Thu ơi hỡi Kiều Thu

Trong thi phẩm *Ta Đợi Em Từ Ba Mươi Năm* (1970)
[1] chữ *rằm* đổi thành chữ *trăm*
      Ôi tóc xõa buông mây - trăm, tuổi nguyệt tròn gương
[2] hai chữ *tan tành* đổi thành *xuất thần*
      Xuất thần cho tận nhập với hư vô
[3] chữ *quyết* đổi thành chữ *sẽ*
      Ta sẽ gặp chính-em-mùa-thệ-ước

Nhớ Cố Nhân

Khanh của Hoàng ơi, lửa bốn phương
Khói lên ngùn ngụt chén tha hương
Nghe vang sóng rượu niềm ly tán
Chạnh xót nòi thơ buổi nhiễu nhương
Biết có đêm nào trăng Thủy Tạ
Ngâm cùng ai nữa kịch Anh Nương
Dệt khôn thành mộng tơ tằm rối
Mây cách non Vu nhớ lạ thường

Mây cách non Vu nhớ lạ thường
Chiêm bao lẩn quất bướm mê đường
Tình si hận đã mành ngưng máu
Người ngọc hoa chưa bóng gợn tường
Mấy thuở còn thơm trang Dị Sử
Muôn đời vẫn đẹp gái Tây Sương
Cố đô một buổi lầm chinh chiến
Vầng nguyệt chia hai vạn dặm trường

Vầng nguyệt chia hai vạn dặm trường
Đêm sầu lữ quán tóc pha sương
Xanh xanh cỏ ngút bao hàng lệ
Bẵn bặt hoa chìm nửa phiến gương
Liễu biếc loi thoi bờ rủ oán
Sen vàng lững đững gót bay hương
Chờ nhau chẳng gặp nhau trong mộng
Vẳng tiếng gà lên chợt nhớ thương

Vẳng tiếng gà lên chợt nhớ thương
Dòng châu hoen gối đẫm canh trường
Theo màu ngọc rỏ ghê màu huyết
Đè chữ "tư" nằm lạnh chữ "tương"
Cả một mùa say duyên nghệ thuật
Nửa năm trời lỡ hẹn yêu đương
Bèo đây hoa đấy dù trôi giạt
Hai ngả quỳ tâm vẫn hướng dương

Hai ngả quỳ tâm vẫn hướng dương
Kẻ đầu sông kẻ cuối sông Tương
Kìa mây kìa sóng lòng xa gửi
Này kịch này thơ nợ trót vương
Tiên dịch còn thơm lời ký chú
Thần giao chẳng lẽ thuyết hoang đường
Trang thơ đọc lại bài trao ý
Vần dậy men nồng nhạc chuyển hương

Vần dậy men nồng nhạc chuyển hương
Nét thon mềm gợi vóc băng sương
Hôn nhòe cặp má hoa bên cửa
Ghì hẫng đôi tay nguyệt trước giường
Tỉnh, bẽ bàng duyên, vò nát mộng
Nằm, điên cuồng nhớ, đập tan gương
Đêm nào, Khanh nhỉ! tình ta mới
Hà nội đèn treo đỏ phố phường

Hà nội đèn treo đỏ phố phường
Sóng hồ trăng giãi bập bềnh sương
Một trời thu ngủ men hoàng cúc
Đôi bạn tình say mộng viễn phương
Kìa ý đàn trao mười nẻo gió
Đây lòng hoa mở bốn mùa hương
Ôi thôi, khoảnh khắc dâu thành bể
Gươm báu rùa thiêng cũng đoạn trường

Gươm báu rùa thiêng cũng đoạn trường
Nhớ nơi kỳ ngộ hứng thê lương
Sao nằm quạnh quẽ mờ sông Hán
Sầu chất bao la hẹp điệu Đường
Lòng nghệ sĩ mơ tình tuyệt mỹ
Cây Hàm dương cách khói Tiêu tương
Chia tay đằng đẵng năm già nửa
Một trái tim mềm trĩu nhớ thương

Một trái tim mềm trĩu nhớ thương
Ngờ đâu tan tác cánh uyên ương
Kiếp phiêu bồng ấy đời thi bá
Nẻo định tình kia bụi chiến trường
Sông thẳm non cao hồn Thục đế
Mây gầy mưa quạnh giấc Tương vương
Ai đi chốn cũ giùm ta nhắn
Rằng kẻ vào Ngô nhớ Lạc dương

Rằng kẻ vào Ngô nhớ Lạc dương
Lòng băng chẳng thẹn với đài gương
Ngâm câu Chiết Liễu còn sa lệ
Ngược nẻo tiền thân ướm hỏi đường
Khói ngút ba canh hồn bướm lẩn
Tơ chia mười mối ruột tằm vương
Đèn, hoa chợt thắm môi hàm tiếu
Khanh đã về trong lửa túy hương

Câu đầu của bài thơ này là câu cuối của bài *Hợp Tan*, và câu cuối của bài thơ này lại là câu đầu của bài *Hợp Tan*.

Hợp Tan

Khanh đã về trong lửa túy hương
Khóe thu lộng gió tóc cài sương
Màu nhung vai áo càng mơn mởn
Gợn ánh hồng lên cặp má thương

Hỡi ơi! từng sợi nguyệt mong manh
Nhịp bước hài thêu kẻ dạ hành
Đã khiến ta ngờ trong giấc mộng
Trầm bay nhạc tỏa gót Thôi Oanh

Đèn khuya mờ mịt khói tiền thân
Chợt tỏ tường soi mặt cố nhân
Lòng gã tình si hoa lại ngát
Đời thơ lại biết có mùa xuân

Quãng-vắng-đêm-trường tâm sự ai
Màu sương gió đã mách ta rồi
Tìm nhau để phút giây hoài cảm
Dưới nguyệt mơ về thuở sánh đôi

Trăng xế hoa lê ngả trước đèn
Hoa đèn trên bấc não nùng ghen
Chừ đây cốc rượu ân tình cũ
Đượm biệt ly càng dậy ngát men

Phải chăng từ độ ấy quan san
Trời Đất cùng nhau nỗi hợp tan
Nhưng chỉ mình ta phai áo lục
Còn Khanh sau trước vẫn hồng nhan

Mái vẫn bồng bênh tóc óng mây
Ngọc chưa mờ vẻ trán thơ ngây
Miệng anh đào vẫn mùa đương chín
Măng vẫn thon ngà búp ngón tay

Lớp lớp tình ta đã sóng xiêu
Mắt Khanh càng đắm đuối bao nhiêu
Lặng nhìn nhau trọn đêm gần gũi
Không nói mà tâm sự rất nhiều

Trống đổi canh hoài, rụng hết sao
Chân mây dần nhuộm nắng hoe đào
Một đêm, từ mấy năm chờ đợi
Sắp ngả màu trong dĩ vãng nào

- Em ơi! viện sách với lầu trang
Đâu nữa? mà ta cũng vội vàng
Cho uống hoa rơi, hoài lá rụng
Ngẩn ngơ đầu cuối bến Tương giang

Hoa lênh đênh trôi về cuối sông
Đầu sông lá giạt kiếp phiêu bồng
Đôi ta mấy thuở từng trôi giạt
Sao chẳng vì hoa lá ngại ngùng

Em nỡ cho đành dứt áo đi
Ôi thôi trời đất lại phân kỳ
Trông theo mây dựng sầu quan tái
Khoảnh khắc lòng ta chợt "nữ nhi"

Tuyết phủ đêm nay một góc giường
Nằm nghe quanh chiếu rộn tang thương
Ta say gọi ngã vầng trăng huyết
- Khanh của Hoàng ơi! lửa bốn phương

Câu đầu của bài thơ này là câu cuối của bài *Nhớ Cố Nhân*, và câu cuối
của bài thơ này lại là câu đầu của bài *Nhớ Cố Nhân*.

Thiên Đường Lại Mở

Vườn tưởng trọn mùa hoang phế
Còn thơm một nụ quỳnh hoa
Lịch tưởng trọn dòng hoen lệ
Còn tươi một ánh dương hòa

Chừ đây xuân thắm lòng tang
Dưới gót chân em bừng nở
Từ nay đời ấm từng trang
Dưới búp tay em lần dở

Em ơi! một sớm trao tình
Đã nhẹ sầu thương nửa kiếp
Thuyền thơ buộc khóe thu xinh
Kìa xứ hoa nồng bướm đẹp

Ánh trăng hiền hậu bao nhiêu
Ngọc sáng mười phương tinh tú
Là đây bờ cõi Tình Yêu
Này cặp môi đào hé nụ

Lòng em còn ngát hương duyên
Đỏ thắm như lòng trái đất
Tình ta còn mới y nguyên
Như buổi thiên đường chưa mất

Lắng nghe em! niềm mong nhớ
Dâng ngời sóng mắt đê mê
Em ạ! thiên đường lại mở
Chờ ta chắp cánh bay về

Trăng Gió Lầu Thơ

Hoa đèn càng tỏ nét càng say
Phố ấy tay nào, hỡi ngón tay
Chuyện cũ mình toan ngờ kiếp trước
Tro tàn ai bỗng gợi chiều nay
Niềm thương ý nhạc mùa xa tắp
Bãi bể cồn dâu nỗi bấy chầy
Thôi nhé! mười lăm năm xí xóa
Lầu Thơ trăng gió lại thơ ngây

Nối Giấc Mơ Tình

Trăng vườn Bách Thảo ngày xưa đẹp
Như cái-ngày-xưa của chúng mình
Thư viện lầu trang, đôi ngả ấy
Lòng thoa ý quạt ngát hương trinh

Vườn dõi mây bay chàng đắm mộng
Lầu mong gió tới thiếp mê tình
Ai hay gang tấc mà non ải
Bướm chiếc hoa đơn bóng lẻ hình

Ôi não nùng hoa ngây ngất bướm
Đào tươi má thiếp mộng chàng xanh
Thế mà e ấp, mà lơ đãng
Cho hết mùa xuân hỏi có đành

Mười lăm năm ấy nhầu tâm sự
Văn giới Chương đài uổng có danh
Nhạc gửi thơ trao người tứ xứ
Vui là em gượng cũng như anh

Nào buổi sương sa chiều nắng tắt
Nào khi tỉnh rượu lúc tàn canh
Đòi[1] phen căn vặn niềm son sắt
"Má vẫn đào ư? mộng vẫn xanh?"

Kìa bóng trăng rung hồi trống trận
Ôi thôi! cuộc thế hết thanh bình
Hết theo cả một mùa thương nhớ
Ai xẻ làm đôi mảnh nguyệt chênh

Nhưng mùa dẫu hết tình chưa hết
Đôi mảnh gương nga vỡ lại lành
Trông mặt cả cười đêm tế ngộ
"Đào còn tươi má, mộng còn xanh!"

Chuyện xưa nhắc tới cùng ngơ ngẩn
Lâu lắm rồi, Em đã "của Anh"
Lâu lắm rồi kia, Chàng "của Thiếp"
Tự[2] ngày xuân chớm tuổi bình minh

Ai rằng: suốt bấy chầy mưa gió
Mộng đẹp giờ xây biết có thành?
Ta bảo: ai ơi! càng bão táp
Má càng tươi đấy, mộng càng xanh

Hãy xóa mười lăm năm cách biệt
Cùng nhau mơ nối giấc mơ tình
Hồn mai lòng trúc hương thề đượm
Dằng dặc muôn vàn kiếp tái sinh

Trong thi phẩm *Ta Đợi Em Từ Ba Mươi Năm* (1970)
[1] chữ *đòi* được in là *đôi*
      Đôi phen căn vặn niềm son sắt
[2] chữ *tự* được in là *từ*
      Từ ngày xuân chớm tuổi bình minh

Bài Ca Tận Túy

Mặt khói chơi vơi hề ngọn đèn chênh vênh
Kìa núi tà dương đỏ dậy
Lam mờ bể nguyệt rung rinh
Đã mở cánh huyền vi hề sau rèm hiển hiện
Còn nguyên khối hỗn mang hề vũ trụ sơ sinh
Hồn mê loạn, áo trần ai vụt biến
Lộ đài thiêng trong một phút hoa quỳnh
Chiếc bướm phân thân hề ba nghìn thế giới
Đầu cuối thời gian hề chớp mắt Trang Sinh
Bắc hải muôn trùng thăm thẳm
Sóng cao dâng vạn trượng hề quẩy đuôi kình
Đám mây, đám mây hề chín dặm
Con chim bằng vỗ cánh rời sang Nam minh
Ta thấy trước đời ta rồi, đêm nào tận túy
Thanh sắc chiêm bao về một hội phù sinh
Bào ảnh vọng lên từng dị điệu
Khuê Ngưu tỏa xuống khúc ân tình
Hán Nguyễn hưng suy là màu trôi hoạt họa
Gió ngủ trăng bay là nét đứng u minh
Thúy Kiều ơi! đêm giác ngộ tương lai vào mộng huyễn
Nẻo hồi dương vang ngợp tiếng thần linh

Đèn hôm nay ngọc đỏ
Khói nơi này tơ xanh
Ta ơi hề ta ơi
Kìa thoáng chân thân vừa hiện đó
Nụ cười say hoan lạc đến vô tình

Bài Ca Trâm Gẫy

Hài cốt vầng trăng hề rơi chìm đáy sông
Dằng dặc bóng đêm hề máu vàng mênh mông
Hồn ma đại hội cung Hằng vỡ
Tiếng khóc trôi về lạnh bể Đông
Sáu nẻo thương mang hề mưa cầu gió chợ
Ấm áp dương gian hề nõn lụa mềm bông
Đâu đó trăng cười hoa nở
Kìa ai phượng bế loan bồng
Kiếp đoạn phù sinh hề ân tình lỡ dở
Cuộc dứt yêu mê hề địa phủ tay không
Riêng xót cho ta, xuân chớm mùa hoa
Riêng tủi cho ta, đời chưa chút hưởng
Xác trinh bạch đây còn tơ tưởng
Niềm ái ân gào gọi thiết tha
Tóc mới buông vai hề sợi đời tan nát
Lòng gái cài trâm hề chưa bướm ong qua
Trên trần ai đoái thương ta
Cô đơn lạnh thấm hồn ma dạ đài

Cuộc Du Hành

Đường lối đê mê ngất ngất từng
Mây đùa[1] quanh má giỡn ngang lưng
Không gian bước bước màu thay đổi
Giữa một thời gian khoảnh khắc ngừng

Ta đi về tận gốc Luân Hồi
Khúc múa hành tinh chẳng đoái coi
Chẳng ghé vào thăm cây Quế nữa
Vầng trăng có giận cũng đành thôi

Đám cháy nào kia rực Hỏa Cầu
- Hội hoa đăng mở đón chờ nhau
Tiếc thay! chẳng thể ta dừng gót
Cạn chén ly đình sợ quá lâu

Phút giây vèo tới bến Ngân giang
Vệt sữa hay dòng lệ sáng choang
Khói đọng sương ngưng nằm đợi sẵn
Quay thuyền ta rẽ lớp hào quang

Chèo sương buồm khói ngược vời sông
Thoắt đã sao thưa bạc cạn dòng
Khói cũng thay hình sương đổi vẻ
Cho ta làm cánh vút hư không

Thôi chẳng còn mây đỡ dưới chân
Ta lên sắp tới đỉnh Xoay Vần
Từ đây tinh tú không tên tuổi
Đâu lẽ mình ta được có thân

Chót vót thời gian bỗng té xiêu
Không gian vụt trở lại "ba chiều"
- Vì ta vẫn có ta, trời hỡi
Mộng vướng vào thơ tự ngã theo

[1] Trong thi phẩm **Thi Tuyển** (1963), chữ *đùa* đổi thành chữ *vờn:*
   Mây vờn quanh má giỡn ngang lưng

Hoa Nào Của Bướm

Nhớ xưa còn tuổi hai mươi
Cả một vườn hoa của bướm
Lòng con hồ điệp chơi vơi
Tám nẻo đài thăm nhụy ướm

Mê mải hương trừu[1] phấn lượm
Say duyên nụ quế bông trà
Cánh nhẹ sương chiều mưa sớm
Tình xuân khép nép hồn hoa

Ai hay mười dặm son ngà
Chưa chút não lòng vương tử
Mùa phai, trọn bóng thiều qua
Vẫn trắng đầu trang diễm sử

Một chối ngai vàng không ngự
Men nồng khắp bỏ không say
Nắng gợi tơ tình thiếu nữ
Mười phương trần tục hoa bay

Vườn xưa rụng hết thơ ngây
Tan tác quỳnh nương nhược muội
Nhớ nhung nào khóc đâu đây
Thôi đã duyên chiều mộng cuối

Chiếc bóng đêm sầu le lói
Mơ tàn giậu cúc ao sen
Con bướm u hoài cánh mỏi
Hồn si đậu bến hoa đèn

Hoa ơi! cho bướm làm quen
Máu lạnh dìm trong lửa mới
Thiêu tàn, một phút giây điên
Những cánh vương bùn hạ giới

Em hãy đốt giùm anh với
Không hư xác diệt hồn tiêu
Để cõi non bồng dựng lại
Cho anh được biết Tình Yêu

[1] Không rõ *hương trừu* là gì. Dựa theo ý thơ, đoán *trừu* là 紬, nghĩa là chắp nhặt, thu góp.

                    Hàng Thị tái bản

Ra Đi

Từng đã nếm dương xuân cảnh khói
Từng đã vay đại khối hồn văn
Hỏi còn chi nữa băn khoăn
Thi thư dù lửa Bạo Tần có thiêu
Sông với núi giúp nhiều kỳ khí
Để thơ ta thuần túy thanh cao
Thì thôi, gác rộng lầu cao
Mặc cho mây trắng ra vào ngẩn ngơ
Há chẳng biết nghìn xưa chỉ có
Một Khuất Nguyên tỉnh đó mà thôi
Chỉ thương Đức Thánh lỡ thời
Nắng mưa Tề Ngụy suốt đời lang thang
Phu tử cũng bàn hoàn[1] như vậy
Huống hồ ta, điên bái hề chi
Quay thuyền ném bút cười nghe
Tiếng ca "Đạp Ngạn" bốn bề gió thu

[1] *Bàn hoàn* (盤桓), Hán Việt, là lẩn quẩn, quanh co, không tiến lên được, khác *bàng hoàng* trong tiếng Việt là bồi hồi, rối rắm trong lòng.

Triệu dĩ yên hề giả dĩ văn[2]

Thi thư khởi bệnh kiếp tao phần[3]

Bằng tương sơn thủy trợ kỳ khí

Tận phó lâu đài không bạch vân

Hưu quái Sở hiền duy độc tỉnh

Kham ta Khổng thánh diệc hoàng vân[4]

Tu tri điên bái hề thương ngã

Đạp ngạn ca thanh đầu bút văn

[1] Bài này họa nguyên vận *âm Hán Việt* bài *Loạn Trung Biệt Hữu* trong thi phẩm **Hoa Đăng** trang 42

[2] Câu này mượn ý của Lý Bạch

    huống dương xuân triệu ngã dĩ yên cảnh   況陽春召我以煙景

    đại khối giả ngã dĩ văn chương   大塊假我以文章

    mùa xuân ấm áp đem mây khói mời đón

    trời đất mênh mông đem cảnh đẹp giúp vui

[3] Chữ *phần* này theo nghĩa bài thơ tiếng Việt là 焚 (thiêu, đốt) – khác với chữ *phần* 分 (phân, chia cắt) trong bài đối họa

[4] Chữ *vân* này theo nghĩa bài thơ tiếng Việt là 紜 (bối rối, lo lắng) – khác với chữ *vân* 員 (người, cũng đọc là *viên*) trong bài đối họa

Cảm Đề

Đoạn Trường Tân Thanh
của Nguyễn Du

Bài Thứ I

Oan nghiệp khư khư buộc lấy mình
Xót cho tài sắc lại đa tình
Gió mưa năm ngón hai dòng lệ
Cát bụi mười phương một chữ trinh
Giữa cuộc bao phen liều nhắm mắt
Trong mơ nửa kiếp đã in hình
Đoạn trường tiếng ấy nghìn thu mới
Trang Cảo Thơm còn dấu hiển linh

Bài Thứ II

Trăng xế hoa gần đêm tịch liêu
Sử Phong Tình ngát, sóng tình xiêu
Văn Hà Tĩnh, chuyện đời Gia Tĩnh
Nhớ Át Kiều, thương nghiệp Thúy Kiều
Hòn đá ba sinh lăn lóc mãi
Tấm lòng thiên cổ vấn vương nhiều
Mua vui cũng được... ai người khóc
Hoài cảm riêng mình thử nối điêu

Bài Thứ III

Ý đã cao mà bút đã tinh
Nòi si vạn thuở một dây tình
Cảm thông đến cả trời Nam quốc
Luân lạc riêng gì gái Bắc kinh
Hạt bụi nhớ quên lòng đại khối
Hoa đèn thức ngủ bướm Trang Sinh
Ấy ai soi tấm gương "tài lụy"
Có thấy hồn ai nhập bóng mình

Bài Thứ IV

Ôi, Thúy Kiều xưa khóc Đạm Tiên
Hoàng lang giờ lại khóc Tiên Điền
Dây thông cảm buộc từ ba kiếp
Sổ đoạn trường ghi chẳng một tên
Xác mới đây còn thân cũ nhớ
Trời xanh đâu chỉ má hồng ghen
Bốn trăm năm lẻ tình khôn dứt
Lệ trước mồ chưa ráo trước đèn

Bài Thứ V

Ai rằng u hiển với quan san
Trích địa tây thiên một nỗi hàn
Song nở mai, ngờ sen động giấc
Thơ rơi lệ, tưởng máu loang đàn
Gối chăn lạnh đấy hoa kiều sử
Vòng xuyến về chưa nguyệt thế gian
Tình-cách-đời nghe lòng sực thức
Trầm luân biết có bể vơi oan

Bài Ca Thời Loạn

Một vầng trăng huyết
Rụng đỏ kinh kỳ
Rượu thơ dừng gót lưu ly
Sớm, nổi mây thành cố quận
Chiều, lên khỏi ải biên thùy

Nửa giấc chiêm bao tuổi vàng Nghiêu Thuấn
Ta nằm nghe đời xuống bước suy vi
Hồn kiếp trước riêng đầy sầu xứ mãi
Khóc luân hồi chưa ráo lệ tang thương
Đêm xuân sang giữa vùng hoa cỏ dại
Gối lên thơ, còn mộng níu thiên đường
Muôn trùng tuyệt nẻo đế hương
Mờ xóa vết xe thời đại
Phong trần héo mặt tà dương
Tinh tú lạnh màu quan tái
Nhịp tiêu vong từng phút thê lương
Huyệt thẳm hư vô đợi cuối đường
Trời ơi! giấc ngủ biên cương
Hỗn độn thanh âm tàn phá
Bể Bắc non Tây đầy trời binh hỏa
Vó ngựa Đông đô liền cánh quạ Nam phương

Gió thét oan hồn đêm rợn bóng
Mây đùn sát khí nguyệt mờ gương
Say thành bại nhân gian cuồng vọng
Riêng mình ta vạn kiếp bi thương
Đã sa ngôi cũ Hoàng Vương
Còn toan đổ máu phơi xương làm gì
Đoái trông về thuở loạn ly
Sớm nổi mây thành cố quận
Chiều lên khói ải biên thùy
Nửa giấc chiêm bao tuổi vàng Nghiêu Thuấn
Ta nằm nghe đời xuống bước suy vi[1]

---

[1] Ở phần Phụ Lục của chương *Mây Xuống Gió Lên* trong quyển **Ta Đã Làm Chi Đời Ta** (1974), hai câu cuối cùng được đổi thành
Được, thua, còn, mất... ai vui? giận?
Mình ta cười ta khóc nỗi suy vi!

Lòng Chinh Phụ

Duyên may vừa ấm chiếu
Thôi, chàng đã chinh phu
Cầu Vị gầy tơ liễu
Roi ngựa ào gió thu
Quan hà mây phiếu diểu
Chăn gối mộng kỳ khu
Đêm đêm... chàng có hiểu
Mưa khóc mòn non Vu

Bóng câu qua cửa ghẹo
- Chờ ai hóa đá ru
Đình viên trăng lạnh lẽo
Khuê các lửa giam tù
Mực nhòa thơ Yểu Điệu
Tuyết trắng làng Ôn Nhu
Uổng một bông hàm tiếu
Cười gượng giữa hoa cù

Chẳng tu đành cũng như tu
Buổi can qua, mấy chinh phu lại về
Nhắn cho muôn kiếp buồng khuê
Ấn phong hầu, xóa trăng thề như chơi
Thế gian cừu hận bời bời
Lầm thay tình chủng một đời nhớ thương

Hương Lúa

Hơi may san sát
Lúa đã vàng bông
Tiếng cười thơm ngát
Vang trên cánh đồng

Bốn phương khúc nhạc thành công
Nổi lên giòn giã
Hoa sườn non, cỏ bờ sông
Quên mình tàn tạ

Như thời con gái xưa kia lưng mềm óng ả
Lòng say nao nức tưng bừng
Cây lúa giờ đây nặng trĩu bông vàng ngọn lả
Vẫn cười reo mãi không ngừng

Từng cao mây nghỉ lưng chừng
Đắm đắm soi hình biển lúa
Chim chiều khoác nắng thu, dừng
Nghe áng hương trời mới nở

Một trời hương mở
Lúa chín rồi đây
Vườn ai nức nở
Bông mẫu đơn gầy

Tình Quê

Đồng quê tự khép riêng trời đất
Riêng với lòng quê mở sắc hương
Tối đến, con trăng làm dáng nhất
Khi cài lược bạc lúc soi gương

Có cây đa ấy tự nghìn năm
In bóng lên trăng mỗi tiết rằm
Có cả bầy sao mê ả lúa
Đêm đêm dẫn cưới vạn đôi chằm

Sao đọng kim cương sáng ngập bờ
Lúa thì con gái mượt như tơ
Gốc đa cổ thụ duyên còn đượm
Và cái trăng vàng quá lẳng lơ

Đầu thôn cuối xóm ngát hương đồng
Nghe đất trời vang nhạc cảm thông
Trinh nữ dăm ba cô má đỏ
Trăng sao đầy gối ước mơ chồng

Nhớ Hoa Bậc Chị

Khúc đâu như khúc sáo Giang thành
Đêm sáu canh dài cả sáu canh
Đã vắng nòi say hoa lại vắng
Con chim Thúy vũ ngẩn ngơ cành

Con chim Thúy vũ ngẩn ngơ cành
Tiếng hót chào xuân mặc cái oanh
Chung mối tương tư người áo vải
Tìm hoa, giận, đập chén mơ xanh

Tìm hoa, giận, đập chén mơ xanh
Chẳng thấy hiu hiu gió thoảng mành
Ngao ngán trông lên tường, chỉ thấy
Cỏ bồ ôm đá ngủ trong tranh

Cỏ bồ ôm đá ngủ trong tranh
Không đoái hoài chi kẻ mỏi manh
Trơ gốc cây già suông nét bút
Hồn Mai thôi đã bỏ lều gianh

Hồn Mai thôi đã bỏ lều gianh
Đợi đến bao giờ mới hiển linh
Sân cỏ cũng còn thiêm thiếp giấc
Đá thềm không nói chuyện ba sinh

Đá thềm không nói chuyện ba sinh
Cũng nhớ tiền thân tủi một mình
Trăng xế hoa tàn bao kiếp trước
Hận còn nguyên khối nẻo u minh

Hận còn nguyên khối nẻo u minh
Tâm thác mà tơ vẫn vướng tình
Giữa cuộc tang thương nằm rỏ lệ
Khói chiều xuân gợi áng hương thanh

Khói chiều xuân gợi áng hương thanh
Đỉnh tuyết bao xa? mấy gập ghềnh
Thương nỗi chàng si gầy xác bướm
Lừa què mong đạp núi chanh vanh

Lừa què mong đạp núi chanh vanh
Cõi tục nằm suông mãi chẳng đành
Dẹp nhớ, thơ ngâm càng đứt ruột
Phá sầu, khôn lấy rượu làm binh

Phá sầu, khôn lấy rượu làm binh
Sầu nhớ bao nhiêu lại bất bình
Tu ở nơi nào? Mai có biết
Sầu ta chót vót, nhớ mông mênh

Sầu ta chót vót, nhớ mông mênh
Bể nhớ non sầu vắng vẳng tanh
Những muốn ghép bè mây ngũ sắc
Dọc ngang trời rộng thả lênh đênh

Dọc ngang trời rộng thả lênh đênh
Thế giới ba nghìn thử dạo quanh
Thu lấy hồn Mai về ấp ủ
Cho sầu muôn kiếp nhẹ bồng tênh

Cho sầu muôn kiếp nhẹ bồng tênh
Cho nhớ lui cơn sóng dập đềnh
Để một hôm nào vang dậy khắp
Ngoài hiên dưới trướng nhịp ca xênh

Ngoài hiên dưới trướng nhịp ca xênh
"Nhất phiến nhu hoài chỉ vị Khanh"
Hoa ấy thơ này chung phẩm giá
Nghìn thu bậc chị với đàn anh

Nghìn thu bậc chị với đàn anh
Rượu tẩy trần vui chuốc chén quỳnh
Nối giấc La phù đêm tế ngộ
Thoa hương cài trắng mái mây chênh

Thoa hương cài trắng mái mây chênh
Ngà ngọc còn nguyên nét mỏng manh
Đêm ấy là Xuân, Xuân tự đấy
Danh hoa dật sĩ mối duyên lành

Trong **Nam Hải Truyền Kỳ** của Hư Chu xuất bản năm 1952, bài *"Thạch nữ giá Bồ lang"*, trong bản in lại (2003) ở trang 114, có ghi: *đầu xuân năm Bính Tuất (1946), Vũ Hoàng Chương được dịp ngắm nhìn một bức tranh xưa rất lạ ở Quất châu, mà theo lời chủ nhân thì đó chính là bút tích của Bồ Tùng Linh. Vừa thưởng tranh, vừa được chủ nhân kể lại chuyện "Thần Hoa" trong Liêu Trai, và nhân có gốc mai già trong vườn đã tàn hết hoa trong thời binh lửa, Vũ cảm khái viết nên bài thơ này - lúc đó còn có tựa là "Ức Mai Hoa"...*

Khúc Múa Cung Hằng

Này phen mở khóa cung Thiềm
Ngát men tình ái vạt xiêm cầu vồng
Chẳng ai hẹn bể thề sông
Mà tơ trăng với bụi hồng vấn vương
Ngàn xưa lạnh lẽo
Cô tịch vầng gương
Một sớm trời mây ảo diệu
Cành đan quế thiên duyên hàm tiếu
Để ngàn sau nồng đượm trán ai băng sương
Đã giờ đây bừng hương
Trần ai còn tri kỷ
Tiếng lòng ai thi sĩ gió lên ngàn phương
Mộng ấy vừa nương
Bóng kia đà gửi
Cho người yêu, trên thượng giới
Mãi ra đi không tới, mãi chưa thôi bước đường
Gã thi nhân say sưa tìm viễn ảnh
Mấy trầm luân chưa lạnh một niềm yêu
Trước mắt lênh đênh màu sắc diễm kiều
Chợt biến hiện ả tình nương quái ảo
Gã dấn bước để càng xanh nếp áo
Gã ra đi cho càng ngát hương lòng
Trang ân ái, mở rồi phong
Nghìn thu viết mãi chưa xong chữ tình

Hỏi chi hòn đá ba sinh
Cuộc bể dâu đã làm thinh mãi rồi
Thi nhân chàng ơi
Si tình hỡi ngươi
Ra đi mãi mãi đừng quên nhé
Một khúc Lên Đường đẹp mấy mươi

Bài Ca Siêu Thoát

Trải mấy hoang mang tìm kiếm
Lòng sao khát mãi chưa vừa
Đôi[1] lẽ Có Không mầu nhiệm
Đêm đêm ta hỏi người xưa

Đuốc kim cổ, đây lòng[2] ta thành kính
Hội trầm luân cùng ý thức Huyền Vi
Mà sáu nẻo hôn mê còn chửa định
Ta về đâu? kìa Ngươi đến làm chi

Phải chăng muôn kiếp nặng nề
Từ Hư Không tới, lại về Không Hư
Lẽ nào mộng cả thôi ư
Người ơi! giọt bể chứa dư tang điền

Một sớm lòng say chợt đổ nghiêng
Trăng sao tiềm thức sáng đài thiêng
Non lam nổi dáng hư huyền
Bụi đỏ phai màu nhân sự
Trang đạo lý thơm tho từng nét chữ
Mười ngón tay đan díu cõi Vô Hình
Xác tục lâng lâng chờ cơn gió hiển linh
Ai xưa quên ngày tháng hát Vong Tình
Kìa phương Nam, Hoa nở vút lời Kinh

Dằng dặc trầm luân mấy độ
Thuyền ta trôi hề Ý ta bay
Sông in bóng nguyệt, Không mà Có
Hay Có mà Không, nhỉ gã Say
Người[3] vừa ôm ấp trong tay
Nhạc rợn đêm nào vạn cổ
Sau trước cùng chung niềm tín mộ
Đâu lẽ "Có" chiều xưa mà "Không" sớm nay

Ngơ ngác luân hồi mấy thưở
Mộng ta bay hề Cánh ta trôi
Bể Nam mù mịt Không mà Có
Hay Có mà Không, dị điểu ôi[4]
Ngươi vừa rút ngắn xa khơi
Chín vạn đêm nào mượn gió
Đây đấy cùng chung niềm ngưỡng mộ
Đâu lẽ "Có" riêng nơi mà "Không" riêng nơi

Từng thiên rộng mở say sưa
Nghĩa mầu nhiệm vang vang từng nét
- Ôi Lý Bạch Trang Chu! đường chim nẻo nguyệt
Từ đấy nhân gian đà lạc vết Người xưa
Đáy sông chìm mãi Lầu Thơ
Giấc mơ Hồ Điệp ai mơ được nào

Khoảnh khắc tơi bời thế sự

Ta nghe tiềm thức trăng sao

Trời vô tận hiển linh về nét chữ

Thuyền chiếc phiêu du hề đôi cánh tiêu dao

Hương quen màu nhớ xôn xao

Lòng thoát ra ngoài sống chết

- Ôi Lý Bạch Trang Chu! đường chim nẻo nguyệt

Đời họa còn ta là theo vết Người xưa

Đáy sông tìm dựng Lầu Thơ

Giấc mơ Hồ Điệp chờ mơ đó hề

Lửa nào đây soi rạng, đuốc nào kia

Phấp phới tinh kỳ Đế khuyết

Lòng[5] ta giác ngộ quay về

Khôi phục ngai vàng bất diệt

- Ôi Lý Bạch Trang Chu! đường chim nẻo nguyệt

Thông cảm, riêng ta nằm lấn vết Người xưa

Đáy sông bừng dựng Lầu Thơ

Giấc mơ Hồ Điệp chẳng mơ cũng thành

[1] Trong thi phẩm **Thi Tuyển** (1963), chữ *"Đôi"* đổi thành chữ *"Hai"*:
Hai lẽ có không mầu nhiệm

[2] [5] Trong thi phẩm **Thi Tuyển** (1963), chữ *"lòng"* đổi thành chữ
"hồn":
Đuốc kim cổ, đây hồn ta thành kính
                        và
Hồn ta giác ngộ quay về

[3] Nghĩ đây có lẽ là lỗi ấn loát. Theo nghĩa, cũng như theo thi phẩm
Thi Tuyển (1963), chữ *"Người"* đúng ra phải là chữ *"Ngươi"*:
Ngươi vừa ôm ấp trong tay

[4] Trong thi phẩm **Thi Tuyển** (1963), câu này đổi thành:
Hay có mà không, *cự điểu ơi?*

Hoa Đăng

Vũ Hoàng Chương

VĂN HỮU Á CHÂU XUẤT BẢN
1959

Anh vẫn còn thơ về giáng bút
Em còn hoa đủ kết Hoa Đăng

                                V. H. C.

Nhịp Trúc Mùa Thơ

Hoa mai nở tuyết đầu khe suối
Làn sóng kỳ hương nhập ánh trăng
Ca giữa lời mây *hề* đàn trong tiếng khói
Hồn cũ trời Nghiêu *hề* ai có nghe chăng?
Ta nghe vạt áo Cô Hằng
Nổi lên trận gió chim bằng ngày xưa...
Nhạc tan thành một bài thơ
Giòng Ngân quạ réo đôi bờ lưu ly...
Từ phen Trái Đất ra đi
Lệ chia phôi đã xanh rì trùng dương
Chiều nay *hề* lòng khe nở nguyệt
Đầu khe *hề* rừng tuyết đưa hương
Tám suối âm thanh *hề* dồn trong nhịp trúc
Ta gõ mà chơi *hề* vang giấc hoàng lương
Nhắn chơi về cuộc tang thương
Bóng hoa mai rợp con đường trầm luân
Đời hiểu gì chăng *hề* chữ Đạo?
Ta có hay không *hề* cái Thân?
Nước trôi sáu ngả vào Tân
Chẳng qua một phút mây vần sườn non

Tâm Sự Một Người

Thơ ném mười phương
Tình trao thiên hạ
Mỏi nhớ mòn thương
Ngàn dâu bóng ngả
Gối chăn ơi! Hỡi chiếu giường!
Vùi đây tâm sự thê lương...

Tiếng thở dài sao rụng
Hàng lệ đẳng mưa tuôn
Đầu ấp vào ngươi
Mình riết vào ngươi
Dòng đau tâm sự khơi nguồn...
Bình sinh mộng đã hoàng hôn
Bông, tre, vải, cói... mồ chôn cuộc đời

Ta khóc cùng Người
Ta giãi cùng Người
Dòng đau tâm sự đầy vơi...
Gối chông chênh, mền cũ nếp khâu rời
Chiếu mong manh, giường hẹp của ta ơi!

                     Hàng Thị tái bản

Trăng rụng nửa vời
Đêm mờ trọn kiếp
Nghiêng đĩa dầu vơi
Không thành giấc điệp
Bảo dùm ta, gối hỡi chăn hời!
Phương nào sự nghiệp?
Tình mất đâu nơi?

Hương phấn vàng son ngoài cửa khép
Then cài nghe mộng tứ bề rơi...
Gối chăn yêu mến! Giường thân thiết!
Ta mở hồn ta với các ngươi.

Bài Ca Bình Bắc

Kể từ đấy,
Mặt trời mọc ở phương đông ngùn ngụt lửa
Mặt trời lặn ở phương đoài máu chứa chan
Đã sáu mươi ngàn lần,
Và từ đấy cũng sáu mươi ngàn lần,
Trăng tỏ bóng nơi rừng cây đất Bắc
Trăng mờ gương nơi đồng lúa miền Nam,
Ruộng dâu kia bao độ sóng dâng tràn...
Hãy dừng lại, Thời gian!
Trả lời ta! Có phải,
Dưới vầng nguyệt lạnh lùng quan ải
Dưới vầng dương thiêu đốt quan san
Lớp hưng phế xô nghiêng từng triều đại...
Mà chí lớn dọc ngang,
Mà nghiệp lớn huy hoàng
Vẫn ngàn thu còn mãi?
Vẫn ngàn thu người áo vải đất Qui Nhơn...

Ôi người xưa Bắc Bình Vương!
Đống Đa một trận năm đường giáp công
Đạn vèo năm cửa Thăng Long
Trắng gò xương chất đỏ sông máu màng.

Chừ đây lại đã xuân sang,
Giữa cố quận một mùa xuân nghịch lữ.

Ai kia lòng có chợt mang mang
Đầy vơi sầu xứ
Hãy cùng ta ngẩng đầu lên, hướng về đây tâm sự,
Nghe từng trang lịch sử thét từng trang.
Một phút oai thần dậy sấm
Tan vía cường bang
Cho bóng kẻ ngồi trên lưng bạch tượng
Cao chót vót năm màu mây chiêm ngưỡng
Dài mênh mông vượt khỏi lũy Nam Quan
Và khoảnh khắc đổ xuôi chiều vươn ngược hướng,
Bao trùm lên đầu cuối Thời Gian;
Bóng ấy đã ghi sâu vào tâm tưởng
Khắc sâu vào trí nhớ dân gian
Một bành voi che lấp mấy ngai vàng!

Ôi Nguyễn Huệ, người anh hùng áo vải!
Muôn chiến công một chiến công dồn lại
Một tấm lòng muôn vạn tấm lòng mang
Ngọn kiếm trỏ, bao cánh tay hăng hái
Ngọn cờ vung, bao tính mệnh sẵn sàng
Người cất bước, cả non sông một dải
Vươn mình theo... Dãy Hoành sơn mê mải
Chạy dọc lên, thông cảm ý ngang tàng.
Cũng chồm dậy đáp lời hô vĩ đại,
Chín con rồng bơi ngược Cửu Long Giang.

Người ra Bắc, oai thanh mờ nhật nguyệt
Khí thế kia làm rung động càn khôn
Lệnh ban xuống lời lời tâm huyết
Nẻo trường chinh ai dám bước chân chồn?
Gươm thiêng cựa vỏ
Giặc không mồ chôn!
Voi thiêng chuyển vó
Nát lũy tan đồn!
Ôi, một khúc hành ca *hề* gào mây thét gió!
Mà ý tướng lòng quân *hề* bền sắt tươi son!

Hưởng ứng, sông hồ giục núi non:
"Thắt vòng vây lại!"; tiếng hô giòn
Tơi bời máu giặc trăng liềm múa
Tan tác xương thù ngựa đá bon...

Sim rừng, lúa ruộng, tre thôn,
Lòng say phá địch khúc dồn tiến quân
Vinh quang hẹn với phong trần...
Đống Đa gò ấy mùa xuân năm nào!

Nhớ trận Đống Đa *hề* thương mùa xuân tới;
Sầu xuân vời vợi.
Xuân tứ nao nao:
Nghe đêm trừ tịch *hề* máu nở hoa đào
Ngập giấc xuân tiêu *hề* lửa trùm quan tái
Trời đất vô cùng *hề* một khúc hát ngao
Chí khí cũ gầm trong da thịt mới
Vẳng đáy sâu tiềm thức tiếng mài dao.

Đèo Tam Điệp *hề* lệnh truyền vang dội
Sóng sông Mã *hề* ngựa hý xôn xao
Mặt nước Lô Giang *hề* lò trầm biếc khói
Mây núi Tản Viên *hề* lọng tía giương cao
Rằng: đây bóng kẻ anh hào
Đã về ngự trên ngã ba thời đại
Gấm vóc giang san *hề* còn đây một dải
Thì nghiệp lớn vẻ vang
Thì mộng lớn huy hoàng
Vẫn ngàn thu còn mãi...
Ôi ngàn thu người áo vải đất Qui Nhơn!

Nay cuộc thế sao nhòa bụi vẩn
Lũ chúng ta trên ngã ba đường
Ghi ngày giỗ trận
Mơ Bắc Bình Vương
Lòng đấy thôn trang *hề* lòng đây thị trấn
Mười ngả tâm tư *hề* một nén tâm hương
Đồng thanh rằng: Quyết noi gương!

Để một mai bông thắm cỏ xanh rờn
Ca trống trận thôi lay bóng nguyệt
Mừng đất trời gió bụi tan cơn.
Chúng ta sẽ không hổ với người xưa một trận Đống Đa
nghìn thu oanh liệt.
Vì ta sau trước lòng kiên quyết,
Vàng chẳng hề phai đá chẳng sờn.

Đá Ngủ Bên Thềm

Quán khách nằm suông lắng tiếng mưa
Cái xuân đời loạn não nùng chưa!
Mặt e gió cợt đào không mở
Thoi giục năm già én cứ đưa
Thẹn nỗi mình thêm hờn nỗi nước
Thương người sau lại nhớ người xưa
Biết cùng ai nói câu tâm sự
Đá ngủ bên thềm gọi chẳng thưa

 Hàng Thị tái bản

Mộng Dao Đài

Nắng vàng theo gió vàng lên
Có ai theo gió về trên lầu ngà?
Hương bay thềm quế xa xa
Nghìn thu chị Nguyệt chưa già, ai ơi!
Từ theo Trái Đất dong chơi
Vóc băng sương có đầy vơi ít nhiều
Xót thay, lòng vẫn tiêu điều!
Lửa hành tinh, mấy mùa yêu, đã tàn
Ngọc phai vàng tắt dung nhan
Tương tư lạnh khóa cung Hàn từng đêm
Lệ rơi ướt bảy màu xiêm
Ngang sông quạ réo càng thêm gợi sầu
Lệ rơi xiêm ướt bảy màu
Ngang sông quạ réo gợi sầu tương tư
Đêm qua gió vẳng lời thơ
Chiều nay lại một chiều mơ xuống trần
Có ai nặng tấm lòng xuân
Từ khi cõi tục xa dần cõi Tiên?
Có ai lòng nặng thiên duyên
Từ khi bụi xóa đường lên non Bồng?
Có ai tình cũ nặng lòng
Từ khi suối thắm nghẹn giòng Thiên Thai?
Để cho mộng biếc Dao Đài
Xe mây rẽ lối trần ai một chiều

Khởi Sầu

Hán tự và Quốc âm
xin xem Hán tự (chính thể) ở phần Phụ Lục

Bất hứa trần thanh nhập ngọa lâu
Mộng trung Hợp Phố chính hoàn châu
Thiên biên hốt báo lai phương tín
Sạ khởi Cô Tô dạ bán sầu

Bên trời vẳng báo xuân sang
Giữa khi Hợp Phố mơ màng về châu
Gác nằm hiu quạnh bấy lâu
Nửa đêm chợt nổi cái sầu Cô Tô

Mây Suối Về Đâu

Trước đây mười chín năm
Anh vừa hai mươi tuổi
Em cũng vừa trăng rằm
Tóc thơm còn bỏ suối

Học tan chiều mỗi buổi
Đón nhau tận cổng trường
Hai xe cùng dong ruổi
Hồn mơ về một phương

Ôi, đẹp nhất con đường
Cửa Đông về Cầu Gỗ!
Nắng đào cây lá vương
Men xuân ngập hè phố

Đoá hoa Tình đợi mở
Trong một phút thần tiên
Làn môi ai bỡ ngỡ
Cặp mắt ai triền miên!

Thấy Anh đăm đắm nhìn
Cúi đầu Em đỏ má
Như hiểu niềm van xin
Như hẹn cho tất cả

Đêm ấy về đôi ngả
Gác trọ với lầu trang
Giấc mơ đầy bóng Gã
Chiêm bao đầy bóng Nàng

Hè sang hay thu sang?
Vẫn mùa xuân bất diệt!
Tuổi đá như tuổi vàng
Có riêng vàng đá biết

Đêm nào xanh bóng nguyệt
Vai kề tay nắm tay
Bước vào trang tiểu thuyết...
Đôi ta liều lắm thay!

Sóng mắt quá chừng say
Môi nồng rượu ân ái
Tình vẫn tình thơ ngây
Lòng đã lòng điên dại.

Thế mà... Chưa kịp hái
Giấc mộng chỉ còn hương!
Khói mây mờ mặt ải
Thề hoa trăng một phương.

Mất về đâu? Con đường
Học tan chiều mỗi buổi
Nắng đào cây lá vương
Hai xe cùng dong ruổi!

Có chàng hai mươi tuổi
Cùng cô bé trăng rằm
Thơ Mây dìu tóc suối
Trôi theo mười chín năm.

Chiến Công Đời Trần

Nhân dịp kỷ niệm Hưng Đạo Vương

Trang sử Đông A nhược thắng cường
Đến nay càng đẹp ý treo gương,
Hội Diên Hồng đó nền Dân Chủ
Sóng Bạch Đằng kia hịch Đại Vương,
Giáo trỏ "Thôn Ngưu" trời đã nín
Tay chàm "Sát Thát" giặc nào đương?
Khí thiêng Vạn Kiếp bừng mây khói,
Lòng chợt hoa quỳ khắp bốn phương

Trăng Rằm

Sóng khóc
Tơi bời
Tới tấp
Vàng rơi
Rối loạn tan hoang cả một trời...
Gió từng cơn xào xạc
Mây từng bầy ngơ ngác
Một vầng trăng bạc
Trên hồ tan tác
Hỡi ơi tan tác vầng trăng
Nửa đêm qua vỡ hết một Cung Hằng!

Sóng điên quần quại
Gió cuồng dâng mãi
Từ đáy hồ sâu
Muôn niềm tê tái...
Vô tình ai có thấy chăng?
Có ai buồn với ta chăng?
Nửa đêm qua vỡ hết một Cung Hằng!

"Vàng gieo ngấn nước!" Ai thi thánh?
Và ai nỡ xẻ làm muôn vạn mảnh
Vầng trăng đêm nay?
Hồn Thơ nát với Lầu Say
Gương Nga lại Bóng Thơ này đảo điên

Ôi sóng thời gian, mây thế sự...
Đường Thanh Liên *hề* Việt Thanh Hiên[1]!
Đâu nữa trăng tròn Thi Tứ?
Đây mùa bão táp triền miên!
Dặm trường tan mộng cố viên
Có ai chắp mảnh ưu phiền thành Thơ?

[1] Lý Bạch (李白) nhà Đường, tự Thái Bạch (太白), hiệu *Thanh Liên* (青蓮 - cây sen màu xanh). Nguyễn Du (阮攸) đất Việt, tự Tố Như (素如), hiệu *Thanh Hiên* (清軒 - mái hiên trong sạch).

Xa Gửi Người Xưa

Nói gì đây? Biết nói gì?
Ôi thôi! Từ lúc phân ly đến giờ...
Trời hoa đất rượu ngày xưa
Có còn đâu! Cá chim mờ bóng tăm...
Mới hôm nào, gác Cuồng Ngâm,
Lời thơ ai đẹp tiếng cầm ai say?
Tang thương một cuộc ai bày?
Giấc Thiên Thai, để trắng tay Lưu Thần
Xa Cố Đô, vắng cố nhân
Trái tim mềm, trĩu hai lần nhớ thương
Ngày ba thu, trời một phương;
Gió Nam lại nức mùi hương trêu người
Bâng khuâng tưởng bóng mơ lời
Mấy cung Hồ Xế tơi bời lòng si
Nói gì đây? Biết nói gì!
Ôi thôi! Từ lúc phân ly đến giờ...
Lênh đênh là kiếp người thơ
Áo xanh màu đã bạc trơ bốn mùa
Báo chương mấy độ vẽ bùa
Chắt chiu cũng đủ tiền mua trăng rằm
Một mai chốn cũ về thăm

Sẽ treo giữa gác Cuồng Ngâm tặng người
Bạn xưa lại họp cùng chơi
Hoa đêm nguyệt điện mây trời Đằng Vương
Giờ đây chín đứa mười phương
Giai nhân thi sĩ mê đường chiêm bao
Xót đòi cơn, nhớ làm sao!
Cố nhân ơi! Có đêm nào nữa không?
Trang thơ ném giữa bụi hồng...

Chia Tay

Liễu bến dài xanh bụi cuốn mờ
Người đi sầu có lệ như tơ?
Say nghiêng núi hận đêm nào nhỉ
Vàng dậy men cuồng ngọc kết thơ!
Đằng Các mây tan, ầm gió giục
Nước về, hoa cửa động trơ vơ
Lòng đâu khoảnh khắc mà nhi nữ!
Một tiếng "lên đường!" chợt ngẩn ngơ

Cố Viên Tâm

Bỗng như trăng nước dừng thuyền
Sóng đàn ca đổ dài trên sóng đời
Thu sang đầy xóm lá rơi
Tưởng nghe trong gió lệ người Giang Châu
Hai phen cúc nở riêng sầu
Con thuyền mong buộc, nhớ câu "tình nhà"
Khói dâng huyền ảo tiếng ca
Rừng phong lác đác sương sa bóng chiều
Tầm Dương bến cũ hoang liêu
Ai đem hết cả tiêu điều thời xưa
Phổ vào cung bậc gió mưa
Tiếng ca chìm dứt, còn chưa tạnh hờn
Dư âm đòi đoạn từng cơn
Chắc khu vườn vắng cô đơn nhớ người
Giữa đêm lòng chợt ngậm ngùi:
Giang hồ vị ấy thua mùi cố viên.

Vịnh Hai Bà Trưng

Đồng trụ tan tành lớp phế hưng
Miếu Đồng Nhân vẫn khói hương lừng
Thương chồng thương chị cùng đau đáu
Lo nước lo đời há dửng dưng!
Liệt Nữ cả hai còn Sử chép
Lĩnh Nam riêng một có Vương xưng
Ngàn sau nhuệ khí con nòi Lạc
Mũi kiếm đầu voi đủ tượng trưng

Nhạc Thái-Hòa

Lời muôn hoa

Người Yêu Hoa,
Với loài Hoa,
Lòng dâng trời bể
Cao tiếng đồng ca
Phiêu phiêu múa rụng sầu dương thế,
Dẻo bước mềm tay nhịp nõn nà...

Nghe trắng bình minh ngoài bốn giậu
Thôi qua rồi u ám mộng đêm qua!
Nào chị em ta!
Hỡi Người Yêu Hoa!
Cầm tay chuyển bước cùng say múa
Kìa ánh thiều quang sắp chói lòa!

Giấc tươi thắm sẽ từ nay chẳng gợn
Nỗi sầu mưa ngại gió quãng đời qua
Hồn thơm chẳng bợn
Mùa xuân không già.

Với chị em ta
Có Người Yêu Hoa
Ngoài nẻo trầm luân cùng đi về Đạo Lớn
Đài thiêng mơn mởn
Hương tình nguy nga
Này trang Huyền Sử chép duyên hoa
Nắng mới trời Nam nhạc Thái Hòa

Vịnh Phạm Hồng Thái

Một tiếng vang trời khét Việt Đông
Người Nam coi cái chết như không
Gió mây Sa Điện vèo non Thái
Sương tuyết Hoàng Hoa đẹp vết Hồng
Ngụy Hiến còn đầu chưa hả giận
Tây Cường mất vía đủ nên công
Bút thơ dõi bước đường tranh đấu
Gang thép tung hoành chợt cảm thông

Ý Đàn

Minh nhật dục từ Nam phố đạo
Hà nhân cánh xướng bắc cung thanh
Cao Chu Thần

Mơ xanh đắng vị thu già
Sắt vàng chen, ngón tay ngà gió mưa
Chiều nay gợi nhớ chiều xưa
Bao giờ quên phút bây giờ cho chăng?
Lòng hoa nghiêng dáng cầm trăng
Phím dây bừng thức cung Hằng áo xiêm
Lắng tai càng vẳn nỗi niềm
Thoắt dồn mau thoắt buông chìm tiếng tơ
Sóng đàn ngây nhịp chèo thơ
Mà bên thuyền chỉ hững hờ nước trôi
Một cung Lưu thủy ngậm ngùi
Men thiêng hồ dễ say người được sao
Lỡ nhau mùa chớm bông đào
Gặp nhau thà giấc chiêm bao trước đèn
Tỉnh thôi gối lệ đầm hoen
Tiệc tan bèo nước sầu lên hôn hoàng
Trơ vơ một đảo lòng hoang
Chiếu câm màu biển tường loang sắc trời
Quanh mình phấn rụng hương rơi
Cánh phiêu lưu chợt rã rời bướm hoa
Tiếng cầm chưa tắt dư ba
Nao nao nguồn máu lời ca vọng về
Rối tung hai mái tóc thề
Mây trời cỏ đất lê thê bóng chiều.

Nhớ Thăng Long

Ôi Thăng Long cách trở bấy nhiêu ngày!
Nhớ về Người thuở nào khuây?
Biển sâu gầm mãi gió
Trời dài nặng những mây...
Tình sâu nặng như trời kia biển nọ
Ta ngồi thức trắng đêm nay...
Nghe xác lịm hồn hoa ủ dột
Lắng hồn rung xác bướm hao gầy
Ba chiều hoảng hốt,
Không gian nào đây?
Nắng chói chan *hề* mưa đột ngột
Lửa nắng xuân *hề* như đốt
Lưới mưa thu *hề* như vây...
Ôi Thăng Long cách trở bấy nhiêu ngày,
Mơ về Người thuở nào khuây?

Trắng đêm mơ nửa giấc quan san này:
Con đường xưa hiu hắt
Phố phường xưa máu giây
Tiếng vọng mồ hoang loãng bước giầy.
Có ai gọi ta kia mà hồi thanh vội tắt?
Sóng hồ dâng ánh mắt
Cửa Ô xòe ngón tay...
Nhưng năm cửa sao mà vắng ngắt?
Mà rưng rưng hồ Kiếm hồ Tây?
Phương về nắng gắt
Nẻo đi mưa lầy...

Ôi Thăng Long cách trở bấy nhiêu ngày!
Thương về Người thuở nào khuây?

Ta thương nhớ, ta mơ về chốn cũ,
Nơi một thuở xa xôi nào kết tụ
Chim lành phơi phới màu mây
Hoa Thiên Lý nở thơm đài Tự Chủ
Điểm lên đẹp cánh Rồng bay
Khúc dân ca nhuần thấm mọi nương cày.
Sao Khuê xuống, tâm linh ngàn cửa ngỏ;
Văn Đài dựng đó;
Rồng lên sao xuống là đây!
Chín trăm[1] năm hoài vọng một phương này.
Ta chẳng tiếc lâu đài xe ngựa;
Riêng ánh mắt Đài Khuê mờ ngục lửa
Cũng khơi nguồn lệ ứa...
Còn đêm nào nữa?
Thôi rồi, đã trắng đêm nay!
Ôi Thăng Long cách trở bấy nhiêu ngày!
Hồn thi nhân thuở nào khuây?

Ý vọng ca dao *hễ* nghiêng đổ nhịp chầy
Ngàn sương khói tỏa *hễ* nỗi nhớ hương gây
Cầu son Hồ Kiếm
Gương nước Hồ Tây...
Nơi người gái Châu Phong từng quyết chiến
Để ngàn thu hiệu lệnh gió còn say

Nơi một giấc mơ xanh bừng thực hiện
Trai Non Lam trình diện cố đô này
Bể dâu ai xóa ai bày?
Ai rằng vương nghiệp lung lay?
Ta thành kính ngược thời gian hoài niệm
Về một cành thoa một bắp cày...
Trông vời hỏa ngục giờ đây:
Hàng mi liễu đôi phương bờ lửa xém
Nghe vàng chảy vực Hồ Trâu, nước Mỏ Đồng
                                            sôi ánh kiếm

Là máu sôi thành lệ chảy đêm nay
Là xôn xao lửa bốc dựng đôi mày...
Ôi Thăng Long cách trở bấy nhiêu ngày!
Lòng dân Việt thuở nào khuây?

Thuở nào khuây được? Hỡi Thăng Long!
Đã khép ba chiều nghẹn núi sông...
Thì mở một chiều riêng để tới;
Con đường xanh biếc ý rừng phong.

[1] Trong bản in ghi là *"trăn"*, nghĩ là in sai, nên xin chữa lại là *"trăm"*.
Tên Thăng Long bắt đầu từ năm 1010 khi Lý Công Uẩn dời đô từ Hoa Lư
đến, tính đến khoảng 1950 là vừa ngoài chín trăm năm...

Ý Giao Duyên

Sông núi từ lâu bặt tiếng quyên
Đã nghe đồng vọng ý giao duyên
Con Người phải tự đòi cho được
Và nằm trong tay vẹn chủ quyền

Gió nổi vần mây giục đấu tranh
Tâm tư lồng lộng kết nên thành
Thành ngăn sóng Đỏ, mây sừng sững
Nước Tổ về ngôi đẹp sử xanh

Thơ ứng điềm hoa nở Tự Do
Hương bay nhạc ruổi ngát sông hồ
Ý dân hồn nước là đây nhỉ?
Vừa cảm thông vào một tiếng hô...

Kỷ nguyên đã hé nụ cười tươi
Trước mặt Ngươi và tổ quốc Ngươi
Quyền nước quyền dân quyền trọn vẹn
Phải về tay đó, hỡi Con Người!

Gửi Tặng

Mùa lạnh đã về kia; ai chiến sĩ
Áo nhung trao mỏng mảnh, ấm gì chăng?
Ngùn ngụt bãi sa trường lên tử khí
Đàn quạ đen bay rợp bóng cô Hằng,

Nắm xương vụn ướt đầm hơi giá rét
Vũng máu loang đọng thắm nỗi oan thù
Kẻ bị dấu nằm co bên xác chết
Rùng mình nghe gió lọt kiếp chinh phu

Tiếng vạc canh sâu, hồn ai gió thổi?
Rừng xanh xanh ải tối nhọc đi về!
Lửa đóm chòi cao, mặt ai trăng dõi?
Thoáng mơ hồ in bạc nét sương khuya

Đau đớn nhỉ, áo Nàng Bân chậm gửi
Trời quan san ảm đạm khói mờ mây!
Những tay ngọc! Sao còn chưa dệt cửi?
Đã lâu rồi trống trận nguyệt lung lay...

Ôi những kẻ mài gươm từng đã sắc!
Lưỡi gươm kia há sợ lưỡi dao hàn...
Sao vẫn thấy trôi về trong gió Bắc
Tự muôn đời rên rỉ tiếng than van?

Còn ai đó ngồi vui quanh lửa ấm
Chuyện thế gian thời cuộc nở thâu đêm?
Có giây phút cảm thông ngoài vạn dặm
Mơ ai về chia sẻ gối chăn êm?

Ta, hàn sĩ nửa đời luân lạc mãi,
Xót cho ai cùng lạnh giấc tha hương
Đây, nhàu lấm vạt áo xanh quằn quại,
Đấy chinh bào, thôi cũng ướt đầm sương

Bông ấm áp, vải dày, ta chẳng có
Để dâng ai chung một hội một thuyền
Ta rút mối tơ lòng van với gió
Gửi giùm đi, tạm chút gọi là duyên.

Phó Giang Hồ

Hán tự và Quốc âm
xin xem Hán tự (chính thể) ở phần Phụ Lục

Nhất đán lâu đài hữu nhược vô
Hư tương thân thế phó giang hồ
Niên niên tùng cúc thanh sam thấp
Xứ xứ yên trần bạch cốt khô
Dục ẩm tôn tiền thôi tất suất
Tương hành ngạn thượng khấp vi lô
Tiên Châu thử biệt quan hoài thậm
Thái bán thi hồn dữ mộng cô

Cơ nghiệp buông trôi ở Vị thành
Ném theo đời loạn kiếp lênh đênh
Lửa dâng bốn mặt khô xương trắng
Cúc nở hai lần ướt áo xanh[1]
Đàn dế giục đi năn nỉ giọng
Bờ lau khóc tiễn ngẩn ngơ tình
Xuân giang từ đấy vời con nước
Thơ mộng vào ra chỉ một mình

[1] Câu này dường như mượn ý từ
    Tùng cúc lưỡng khai tha nhật lệ (叢菊兩開他日淚)
của Đỗ Phủ.

Nửa Đêm Trừ Tịch

Bấy nay một mối tình cao quý
Tưởng đã chìm sâu cát bụi đời
Khoảnh khắc thiêu tàn duyên tục lụy
Nửa đêm trừ tịch gió lên khơi

Giai nhân danh sĩ mấy người
Bốn phương tâm sự một trời Cố đô
Mười năm qua, đến bây giờ
Nhìn nhau thấy cả giấc mơ thuở nào

Xuân về nhớ thuở ngát chiêm bao
Dòng nước trôi xuôi chợt nghẹn ngào
Lạc lõng vàng son màu lữ thứ
Cành mai gượng ánh mặt hoa đào

Mười phần xuân có gầy hao
Tấm lòng xuân vẫn dạt dào như xưa
Mấy phen biếc đón hồng đưa
Dẫu rằng xong, vẫn là chưa thỏa nguyền

Chung một nòi Thơ chín kiếp duyên
Mối tình nguyên thủy vẫn y nguyên
Trải vui trăng nước sầu mưa gió
Cùng lạc về đây bốn hướng thuyền

Cảm thông giữa phút hàn huyên
Ta nghe cặp mắt u huyền nao nao
Vũ Lăng nhớ chuyện Suối Đào
Chia tay chẳng biết phương nào tìm quê

Có nghĩa gì đâu một chữ về
Nếu không ngàn dặm ngược sơn khê
Nếu không ngược cả mười năm ấy
Về tận kinh đô của ước thề

Mùa xuân quạt gửi thơ đề
Bảo dùm ta, Chúa Xuân *hề!* còn không?
Hỡi ơi, một phút mơ mòng
Đã tan rồi! Mấy phương lòng sầu lên.

Khúc Hát Chào Xuân

Lời muôn hoa

Gió sương rìu búa
Nay sắp thôi rồi
Bóng mùa đông gió rìu sương búa
Nay sắp như tiếng vang phai rồi
Tan tành mây xám lưng trời

Mai mốt lưng trời
Mây xám tơi bời
Vui mừng đi, chúng mình ơi!
Múa làm duyên, hát mà chơi!

Chúng mình ơi, ta cùng say múa
Trong ánh trăng cuối năm xanh mờ
Chúng mình say múa
Trong ánh trăng mờ
Lòng thơm phơi phới mong chờ
Mê man ngày Xuân, đắm yêu mùa Thơ

Xuân và Thơ, ta cùng mê đắm
Cao lời ca, cho lòng tươi thắm
Chân rún cho đều!
Tay uốn cho mềm!
Trăng gió êm đềm
Trong đêm...

Vang trời...
Tin mùa sang... khắp cùng nơi!
Hương mùa lên... Chúng mình ơi!

Hát Giang Sóng Vỗ

Đất dẫu thù riêng chẳng đạp cùng
Thù chung há lẽ đội trời chung!
Giận phường tham bạo, em như chị;
Thoi dệt này phen đổi kiếm cung,

Ngọn cờ Nương Tử Châu Phong
Ngàn thu núi Tản sông Hồng còn bay,
Nghe vang ngọn cỏ lá cây
Tiếng ai thét gió ngàn Tây còn truyền.

Ầm ầm binh mã xuống Long Biên
Thành quách thu về khói lửa yên,
Dâu bể hãy còn non nước ấy
Gương xưa vằng vặc nhớ trông lên.

Cùng nhau lại một lời nguyền:
Quốc thù rửa sạch Dân quyền nêu cao!
Hát Giang sóng vỗ ào ào
Đêm đêm trăng lạnh như gào tiến quân.

Cảm Đề

Hồ đã tan thây sóng Bạch Đằng
Minh còn mất vía ải Chi Lăng
Ấy gươm Trần tướng truyền Lê đế?
Hay chỉ hồn thiêng nước Việt chăng?

Chia Tay

Đò chiều sông lạ tiễn đưa nhau
Gió nấc từng cơn, sóng vật đầu
Hai ngả lênh đênh trời ngụt khói,
Người đi, ta biết trở về đâu?

Ta về lơ láo tình thiên hạ
Chiếc bóng người đi tủi dãi dầu
Mặt nước chân bèo nghe nức nở
Duyên tan bèo nước bốn hàng châu

Nắm tay cùng hẹn mai sau
Dòng ngân bắc lại nhịp cầu mong manh
Chừ đây cát bụi tung hoành
Chông gai mười cõi chênh vênh thế cờ

Một đêm quán nước trăng mờ
Kề hương tựa phấn những ngờ chiêm bao
Gió xuân cười gượng bông đào
Lỏng tay vòng ngọc, hoen bào giọt châu

Cuối thôn gà giục sáng từ lâu...
Hết một đêm gần... Thôi, xa nhau!
Vĩnh biệt đây chăng? Rằng tạm biệt;
Mà sao bến vắng nặng mây sầu?

Nhưng thôi, thôi cũng đừng lưu luyến!
Đời loạn còn chi đẹp nữa đâu.
Dứt áo cho tình ta đẹp nhé!
Non cao ngàn thuở nhớ sông sâu.

Tương Giang kẻ cuối người đầu
Vu San mưa rối mây nhầu tóc tơ
Sườn non vắng vẻ càng thơ
Nước sông quằn quại mong chờ càng xinh

Rồi mai thiên hạ thái bình
Còn dâu xanh bến, Cao đình còn xuân
Còn trăng hai mảnh xa gần
Còn soi bờ liễu sông Tần vẹn gương

Trách Gì Ai

Ai trách gì ai những bấy lâu
Xem thơ chẳng biết ý thơ sầu!
Thi nhân tự trách mình thôi chứ
Bèo nổi, mà sao rễ quá sâu?

Cuối sông nước chảy về đâu?
Rễ bèo khăng khít riêng đầu sông Tương
Chiều mưa bàng bạc phố phường
Lệ rưng rưng, chợt ngùi thương cho tình

Chiêm bao một phút nở hoa quỳnh
Mà trắng đôi tay cũng bất bình
Huống đã hoài công chờ nửa kiếp
Vườn trần hoa lạ bướm Trang Sinh

Nào ai đâu bóng mê hình?
Phải chăng mình tự dối mình bấy nay
Hoàng hôn xuống, lệ mưa bay...
Sầu lên... chẳng nhắp mà cay men hờ.

Hỡi ơi! Tình vẫn chỉ là Mơ
Sao cũng đòi phen giận với ngờ?
Mới biết mình si là thế đấy
Mà ai si đến thế bao giờ?

Có chăng một gã làm thơ
Mười năm cửa khép mây mờ tháp cao
Nhớ giai nhân tự kiếp nào
Mở lòng ra, đón trăng vào, thử xem!

Ví có đài gương tỏ trước rèm
Mà ai kiếp trước có là em...
Nhưng thôi, còn ước ao gì nữa:
Bốn ngả tâm tình ngập bóng đêm!

Hồn trong dĩ vãng tan chìm
Ngọn tàn đăng cũng im lìm cánh hoa
Lỡ nhau một kiếp xưa mà
Đành thôi ngàn kiếp sau là sâm thương

Loạn Trung Biệt Hữu[1]

Hán tự và quốc âm
xin xem Hán tự (chính thể) ở phần Phụ Lục

Đối diện tẳng xưng thiên lãi văn
Kim triêu biệt hỹ, bút ưng phần[2]!
Đông tây mộng quải tam canh nguyệt
Nam bắc tình khiên vạn lý vân
Trọc tửu cô đăng sầu bất ngữ
Hoàng sam thanh nhãn ý hà vân[3]?
Thu phong sạ khởi tiêu hồn cực
Hổ khiếu viên đề hoảng hốt văn

Từng khen tuyệt tác ấy văn trời
Tạm biệt từ đây bẻ bút thôi!
Giấc mộng đông tây vầng nguyệt lửng
Tơ tình nam bắc đám mây trôi
Tỉnh say một cuộc đành không bạn
Hào hiệp ngàn xưa dễ mấy người?
Chợt nổi gió thu lòng héo hắt
Đâu đây hổ thét vượn than dài

[1] Bài này họa nguyên vận *âm Hán Việt* với bài *Ra Đi* trong thi phẩm ***Rừng Phong*** trang 54
[2] Chữ *phần* này theo nghĩa bài thơ tiếng Việt là 分 (phân, chia cắt) – khác với chữ *phần* 焚 (thiêu, đốt) trong bài đối họa
[3] Chữ *vân* này theo nghĩa bài thơ tiếng Việt là 員 (người, cũng đọc là viên) – khác với chữ *vân* 紜 (bối rối, lo lắng) trong bài đối họa

Giờ Đã Điểm

Giờ điểm rồi đây, hỡi Tuổi Xanh!
Có nghe nét chữ réo tung hoành?
Có nghe giòng mực sôi trang giấy
Nhịp bốn ngàn thu sử Đấu Tranh?

Đứng lên, nào bạn trẻ!
Thét lên một tiếng đồng thanh
Cho vang trời bể
Nỗi sắt niềm đanh!
Cùng đáp ý muôn vàn thế hệ...
Ôi sông Bạch giáo Ngô Quyền, bến Hồng voi
                                    Nguyễn Huệ!

Dấu xưa còn để;
Chúng ta nguyền noi dấu bậc đàn anh.
Chẳng mơ chuyện nền Vương nghiệp Đế;
Mà hạnh phúc toàn dân, tự do toàn thể,
Mà giá trị con người, tương lai hậu thế
Đòi bảo vệ
Giục đua tranh.
Đồng tâm dựng một bức thành
Gió tung bay đá non Hoành rồi kia!

Giờ điểm lâu rồi, Bạn có nghe?
Xôn xao mặt giấy hiện câu thề;
Hẳn lên nét mực nghiêm trang quá!
Chữ sắp hàng ra đợi nước phi...

Trong lòng sách vở đã vừa ghi
Một sứ mạng vô cùng to tát.
Lòng Tuổi trẻ cũng dâng lên dào dạt;
Ôi nguồn cảm ứng mê ly!
Phút nửa khắc ngàn trái tim cùng đạt
Tới phong vị Chùa Hương, tới bài ca Sông Hát;
Nghe Cần Thơ điểm khúc tình thi
Với Hà Tiên Hà Tĩnh cùng Phan Thiết Phan Ri,
Với đèo Ba Dội đỉnh Ba Vì.
Giữa Đồng Tháp Đồng Đăng cùng chung niềm
        phấn khởi

Có chợ Đồng Xuân, có ga Đồng Hới!
Ai? Nào ai cắt nổi biên thùy?
Bắc Nam giàu nghĩa tương tri;
Dải đồng bên nớ bên ni vẫn liền

Các bạn! Nào ta hãy đứng lên!
Trái tim dân tộc đã xây nền,
Tự Do đã hiển linh thần tượng
Cánh vỗ hào quang tỏa bốn bên.

Bút dâng làm nén hương đền
Trước pho thần tượng hãy nguyền đồng tâm
Kìa đấy Con Người, đây Nước Tổ;
Đôi cánh thiêng nhịp vỗ khói mây trầm.
Lịch sử bốn nghìn năm
Một mùa hoa đang độ

Chúng ta bước, với linh kỳ dẫn lộ
Bốn bề sông núi đăm đăm...
Nền Độc Lập ngát niềm vui cương thổ
Vững niềm tin đài Thống Nhất cao ngâm
Lắng hồn Quê Mẹ giáng lâm;
Nén hương đền quyện khói trầm say say.
Con Người còn đấy
Nước Tổ còn đây!
Còn phải đấu tranh vì Lý Tưởng
Kết trong hai chữ Tự Do này.
Ôi giờ đã điểm; nghe thần tượng
Phơi phới hào quang đẹp cánh bay!

Chúng ta nguyền: Đã đến ngày
Dâng lên Nước Tổ vào tay Con Người
Đẹp như thần tượng sáng ngời –
Phải chăng các bạn? – Một đời tự do!

Thu Có Nguyệt

Sương thu ngủ trắng ngọc liên thành
Phượng nở đêm nào cặp má Khanh?
Hội thắm đèn hoa, mây họp bạn
Kề vai cùng đẹp áo trăng xanh...

Chừ đây mưa gió tung hoành
Xa nhau, đành nỡ cho đành, gió mưa!
Đêm nào thôi đã đêm xưa!
Cánh tay ngùi vết hương thừa trống không

Trời một phương ai tỏ thức hồng?
Ngọn đèn ai quạnh, lửa nhầu bông!
Mưa vây tám nẻo tù chân bướm,
Mà gió xoay chiều loạn núi sông...

Nghẹn ngào hoa địch lá phong
Giàn dưa chìm tiếng tơ lòng bẻ bai
Canh Hà Mô, gối Liêu Trai;
Gối suông nửa gối, canh dài sáu canh.[1]

Sóng càng cao mãi ý hoài Khanh[2]
Mưa gió tàn đêm, mộng chẳng thành
Biết đến bao giờ thu có nguyệt
Chén hoa vàng có mắt ai xanh?

Khi đăng trong **Sáng Tạo** số 5 (giai phẩm mùa Xuân, tháng 2-1957), bài này có tựa là "*Bao Giờ Có Nguyệt*"
[1] Trong **Sáng Tạo**, câu này in là
    Gối nghiêng nửa gối, canh dài sáu canh
[2] Trong **Sáng Tạo**, câu này in là
    Màu sương ngã thắm ý hoài Khanh

Gặp Lại Cố Nhân

Xa xôi lòng những ước ao:
Trăng ai rèm gấm, hoa nào vườn xuân.
Người xưa, này vẫn cố nhân
Mà, ôi thôi! đã phong trần cả hai!
Vắng tanh lòng gái đời trai
Đèn khêu tỏ ngọn đêm dài khóc nhau
Cười to, cho vỡ thương đau;
Giấc mơ xưa, gối chung đầu mà say!
Bao năm vị đắng mùi cay
Lênh đênh thân thế cầm tay nghẹn ngào
Nước cờ thua, giận mình cao;
Khói lên cuồng túy, nhạc vào hàm ca
Nhìn nhau, ta lại là ta...
Nổi nênh hồn mộng phong ba chiếu nằm
Thôi thì thôi nhé tri âm!
Lỡ thanh xuân ấy còn tâm sự này.
Còn nhau cũng lại còn say
Đòi thêm gì, ở chua cay thế tình?

Phố Cũ

Ôi chốn này xưa vai sánh vai
Trán cao hoài vọng tóc buông cài
Tuổi thơm mười sáu tình thơm mới
Duyên đượm hàng mi ngập nắng mai.

Hồ Gươm sóng lụa bờ tơ liễu
Hàng Trống Hàng Khay rộn bước người
Sách vở lên hương trầm ngát nẻo
Hoa soan hoa phượng chói màu tươi

Thấp thoáng hè qua đài phượng rụng
Lào rào thu muộn lá soan rơi
Tay trong tay nắm, tình trong mắt;
Lòng bốn mùa xuân, nguyệt bốn trời.

Đôi lứa mê say cùng gắn bó
Mẹ cha cùng hẹn sẽ dành nơi
Trường chung một hướng nhà chung ngõ
Hoa gấm cùng mơ dệt cuộc đời

Thế mà tan tác mười năm mộng
Có kẻ ra đi chẳng một lời!
Nửa kiếp lênh đênh dừng phố cũ
Một mình trơ với tuổi ba mươi.

Lớp học nào tan, đường rộn rã
Tình thơm mộng nhỏ tóc buông vai...
Hàng Khay Hàng Trống hoa nào rụng?
Màu tím thờ ơ vạt áo ai!

Hận Tráng Sĩ

Một đi, tráng sĩ thẹn quay về
Lưu giản[1] chưa phai nét mực đề
Còn có xanh đâu đôi mái tóc
Mà không chín quách một nồi kê?
Ai chàng ai thiếp duyên Hồ Hán?
Rằng lạ rằng quen giọng Sở Tề?
Đọc lại bài thơ ai tống biệt
Đìu hiu sông Dịch lạnh lùng ghê!

[1] Lưu giản: thư, thiếp – viết để lại làm kỷ niệm

Khúc Hát Chìm Châu

Ôi mùa xưa, nào đâu? Xuân mới nở
Trong màu hoa và hót ở lời chim!
Hỡi ơi! Sắc úa hương chìm
Tạnh cơn mưa, có ai tìm ngày xuân?
Ai rằng ảo mộng, chân thân
Nghìn thu ngà đúc một lần tuyết tiêu!
Thương cho ngọc giắt vàng đeo
Ánh trăng suông để buồn theo xuyến vòng
Tiếc cho quỳnh nở mười bông
Giữa đêm kỳ thú men bồng bềnh tan
Vườn xưa nhịp điệu chưa tàn
Cánh xiêm mở chếch, cung đàn khép lơi
Vầng trăng sụp đổ lưng trời
Vì ai thôi đã rụng rời cánh tay!
Xót thay, mà ngậm ngùi thay!
Nào ai hay? một mình hay nỗi mình.
Trời đất vô tình, mây gió vô tình
Gãy trâm rồi, đã rơi bình
Sầu lên chưa tắt màu dư lệ
Sầu có hồn chăng? Lệ có hình?

Đăng Lâu

Hán tự và Quốc âm
xin xem Hán tự (chính thể) ở phần Phụ Lục

Đăng lâu trường khiếu tác bi ca
Đối thử giang san nại nhược hà?
Bác Lãng nhất chùy vô địa lập
Long Tuyền tam xích kỷ thiên ma
Hứng hàm nộ kiến bôn Tần lộc
Khúc bãi kinh văn khấp Nhị hà
Tri bất tri hề tang hải khách
Cố viên thùy tảo dạ lai hoa?

Thét vang rừng suối bạt chim muông
Trời vẫn tròn, sao đất chẳng vuông?
Bác Lãng một tay dùi bỏ xó
Long Tuyền ba thước kiếm mài suông
Hứng lên giận ngắm hươu Tần chạy
Ngâm dứt ghê nghe sóng Nhị cuồng
Hoa rụng đêm nào, ai có biết
Quê nhà ai quét mảnh vườn tuông?

Hoài Niệm

Từ phen sóng nước gieo neo
Mấy hoa tan tác mấy bèo nổi trôi!
Thú xưa còn bấy nhiêu thôi:
Hồn thi nhân với giọng người danh ca

Mặt nhìn mặt còn ngờ trong giấc mộng
Phải rằng đây vang bóng một thời xưa?
Gác Đằng Vương[1] thuở ấy họp bình thơ
Người trong cuộc bây giờ đâu nhạn cá?
Giai nhân hoàn bội quy trường dạ
Danh sĩ phong trần tẩu mỹ nhiêm
Trải tang thương cùng đau đớn nỗi niềm
Nhịp sênh phách lại càng thêm gợi nhớ
Lệ trên tiệc những hơn người chan chứa
Xót cho nhau mang lấy chữ *Tài* chi!
Đâu đây chợt vẳng tiếng tỳ...

[1] Trong quyển **Loạn Trung Bút** (1970), bài *Gác Dì Năm*, hai chữ "*Đằng Vương*" ghi là "*Cuồng Ngâm*", nhưng Vũ Hoàng Chương cũng cho biết thêm nguyên ý viết là "*Dì Năm*". Dì Năm là tên gọi người đào nương họ Chu, có lẽ là Chu Thị Năm, bạn tình của Nguyễn Tuân, tác giả tùy bút **Vang Bóng Một Thời**.

Từ Đây

Nhựa ứ mình cây chợt réo sôi
Ran ran một gốc hướng muôn chồi
Tin Thơ đã báo mùa Dân Chủ
Vận nước quyền dân phải sóng đôi

Triều Đế triều Vương đã rụng dần
Khí thiêng Hồng Lạc nẩy triều Dân
Xôn xao từng búp vươn từng nhánh
Điềm Tự Do về, lá hiện thân

Ý nõn nà thơm giấc mộng đời
Trăm ngàn vạn triệu cánh lên khơi
Phải chăng cánh lá từ muôn nẻo
Họp ý toàn dân kết ý Trời?

Lá phiếu Trưng cầu một hiển linh
Xé tan bạo lực dưới muôn hình
Từ đây nước Việt, Dân làm Chủ
Ôi nhạc nào say khúc tái sinh!

Mộng Vẫn Còn

Vầng trăng hiện khóe thu xanh
Từ bao lâu vẫn chưa đành xẻ đôi
Bóng mờ gương khuyết pha phôi
Này phen lại trở về ngôi đêm rằm

Bâng khuâng cùng nhắc chuyện mười năm
Đời lỡ nhau thôi, mộng chẳng lầm
Mây nước rộn cung đàn kỷ niệm
Trời yêu biển nhớ ngút thanh âm

Dây thơ dây kịch bổng trầm
Ngừng dây lọt tiếng tơ tầm vấn vương
Sắc hoa nhàu gió bốn phương
Lòng hoa vẫn khép tin hương mấy mùa

Nhìn nhau cười ngất: ván cờ thua!
Mà đáy tâm tư chợt sóng lùa
Dĩ vãng trôi theo về lớp lớp
Mang theo vằng vặc ánh trăng xưa

Nhớ gì không? Một đêm thơ!
Làng Phù Lưu ngủ như tờ dưới trăng
Thi nhân gửi ý cô Hằng
Bóng đa lồng bóng tre đằng lung lay

Khoảnh khắc Thời gian nghỉ cánh bay
Không gian thu hẹp dưới đôi mày
Ta nghe cả một bầu trăng sáng
Rót cả vào đôi mắt đắm say

Men trăng riêng mắt ai đầy
Buồn cho những kẻ đêm này thề hoa
Lại cười cho lứa đôi ta
Chiếm vầng trăng, để... vẫn là đêm suông

Âu hẳn tình ta khác thế thường
Nỗi niềm yêu nhớ cũng văn chương
Dễ chi tiếng nói trần gian ấy
Đủ kết cho thành nhạc với hương!

Phải rằng: Vân Muội, Anh Nương,
Vẫn Hoàng Lang đợi, với Lương Sinh chờ?
Mười năm bóng khuyết gương mờ
Chiều nay lại có bài thơ Trăng Tròn

Nhịp đá vàng chen tiếng sắt son
Một cung hoài niệm ý chon von
Khóe thu còn biếc trăng tâm sự
Khanh của Hoàng ơi, mộng vẫn còn!

Tâm Sự Hải Đường

Chỉ sợ canh khuya mình ngủ mất,
Chàng Tô cao đuốc chiếu xiêm hồng.
Thoa nghiêng làn tóc rối
Gác quạnh Trầm Hương, kìa say lịm một bông
Giấc xuân chưa đẫy, ngại ngùng,
Đẹp ơi, cô gái Đường Cung má đào!
Khói sầu mưa nhớ
Tình cũ chiêm bao
Rầu rĩ muông kêu giọt máu trào...
Mà ai trích địa tiêu tao
Thơ xuân Thành Gấm nỡ nào quên ai?
Hương thua tủi giá Trùng Đài
Ngàn năm hận gã Uyên Tài có khuây[1]?
Thương nào khuây
Nhớ nào khuây!
Mai kia xanh đậm hồng gầy[2]
Một cơn, biết có
Vì hoa nới tay?

Khi đăng trong giai phẩm **Văn Hóa Ngày Nay** tập 9 (1959), trang 37,
bài thơ này có tựa là "*Lời Hoa*"
[1] Trong **Văn Hóa Ngày Nay**, chữ "*khuây*" đã in là "*không*":
     Ngàn năm hận gã Uyên Tài có không?
[2] Xanh đậm, hồng gầy gợi đến *lục phì hồng sấu* (綠肥紅瘦) trong bài
từ *Như Mộng Lệnh* (Lý Thanh Chiếu), cũng về tâm sự hoa hải đường.

Trả Ta Sông Núi

Nhân ngày kỷ niệm liệt sĩ.

Trải bốn nghìn năm dựng nước nhà,
Sông khoe hùng dũng, Núi nguy nga.
"Trả ta Sông Núi!" Bao người trước
Gào thét đòi cho bọn chúng ta.
Trả ta Sông Núi! Từng trang sử
Dân tộc còn nghe vọng thiết tha
Ngược vết thời gian, cùng nhắn nhủ:
Không đòi, ai trả Núi Sông ta?

Cờ báo phục hai Bà khởi nghĩa
Đuổi quân thù xưng Đế một phương
Long Biên sấm dậy sa trường
Ba thu xã tắc miều đường uy nghi
Xót nòi giống quản chi bồ liễu,
Giòng Cấm Khê còn réo tinh anh
Một phen Sông Núi tranh giành
Má hồng ghi dấu sử xanh đời đời

Bể dâu mấy cuộc đổi dời,
Lòng trăm họ vẫn đầu sôi bừng bừng
Mai Hắc Đế, Phùng Hưng Bố-Cái
Liều thế cô dằng lại biên cương
Đầu voi Lệ Hải Bà Vương
Dù khi chiến tử vẫn gương anh hào

Tinh thần độc lập lên cao,
Sài lang kia! Núi Sông nào của ngươi?

Núi Sông ấy của người dân Việt
Chống Bắc phương từng quyết thư hùng
Ngô Quyền đại phá Lưu Cung,
Bạch Đằng Giang nổi muôn trùng sóng reo
Hồn tự chủ về theo lửa đuốc
Chữ Thiên thư "Nam quốc sơn hà";
Phá tan nghịch lỗ không tha
Tướng quân Thường Kiệt gan già mấy mươi!
Gươm chiến thắng trỏ vời Đông Bắc,
Hịch Vải nêu tội giặc tham tàn,
Dựng nhân nghĩa, vớt lầm than
Danh thơm ải ngoại, sấm ran biên thùy.
Khí thiêng lòa chói tư bề,
Phường đô hộ có gai ghê ít nhiều?

Cửa Hàm Tử vắng teo vết Cáo,
Bến Chương Dương cướp giáo quân thù.
Trận Đà Mạc dẫu rằng thua,
Làm Nam quỷ, chẳng làm vua Bắc đình
Chém kiêu tướng đồn binh Tây Kết,
Triều Phú Lương gầm thét giang tân
"Phá cường địch báo hoàng ân"
Trẻ thơ giòng máu họ Trần cũng sôi.
Kìa trận đánh bèo trôi sóng dập,
Sông Bạch Đằng thây lấp xương khô
Những ai qua lại bây giờ,
Nghe hơi gió thoảng còn ngờ quân reo.

Hịch Vạn Kiếp lời khêu tướng sĩ,
Hội Diên Hồng quyết nghị toàn dân
Khuông phù một dạ ân cần,
Vó thiêng ngựa đá hai lần bùn giây,
Sơn hà mấy độ lung lay
Máu bao chiến sĩ nhuộm say màu cờ.

Cảm ý Núi ngồi mơ độc lập,
Thuận tình Sông trôi gấp tự do,
Ấy ai đầu dựng cơ đồ,
Gấm thêu lời chiếu Bình Ngô thuở nào?
Cơn nguy khốn ra vào sinh tử,
Thân nằm gai lòng giữ sắt son
Linh Sơn lương chứa hao mòn
Quân tan Côi Huyện chẳng còn mảy may.
Chén rượu ngọt cùng say thấm thía
Tình cha con mà nghĩa vua tôi.
Thuận dân là hợp ý trời
Sử xanh chót vót công người Lam-Sơn

Quốc dân chung một mối hờn
Cần câu đánh giặc mà hơn giáo dài!

Chống ngoại địch gươm mài quyết chiến,
Voi Quang-Trung thẳng tiến kinh kỳ;
Phá Thanh binh, trận Thanh Trì,
Sông Hồng khoảnh khắc lâm ly máu hồng.

Núi dậy sấm cho Sông lòe chớp,
Cờ Tây Sơn bay rợp Bắc Hà

Xác thù xây ngất Đống Đa
Bụi trường chinh hãy còn pha chiến bào.

Tinh thần độc lập nêu cao,
Sài lang kia, Núi Sông nào của ngươi?

Cường quyền vẫn muôn đời cưỡng áp
Dưới bàn tay giặc Pháp càng đau
Chúa tôi rỏ lệ cùng nhau
Khua chiêng hải ngoại rừng sâu kéo cờ
Dạ Cần Vương trơ trơ thiết thạch
Kẻ Văn thân Hiệp khách cùng chung
Hoàng Hoa Thám, Phan Đình Phùng
Khói reo Thanh Nghệ, lửa bùng Thái Nguyên
Hợp Nghĩa thục kết liên đồng chí
Xuất dương tìm tri kỷ Đông Đô,
Phan Sào Nam, Phan Tây Hồ
Long đong bốn bể mưu đồ cứu dân
Vận nước chửa hết tuần bĩ cực
Sức người khôn đọ sức ông xanh
Mỗi phen gắng gỏi tung hoành
Thương ôi, sự nghiệp tan tành mỗi phen!
Nguyễn Thái Học gan bền chí cả
Họp đồng bang dóng dả nên đoàn
Rừng xanh bụi đỏ gian nan
Mong đem nhiệt huyết dội tan cường quyền
Tổ chức việc tuyên truyền ám sát
Khắp nơi nơi từng hạt từng châu

Xiết bao hy vọng buổi đầu
Một đêm Yên Bái ngờ đâu tan tành.

Ôi! Việt sử là tranh đấu sử
Trước đến sau cầm cự nào ngơi
Tinh thần Cách mạng sáng ngời
Bao người ngã, lại bao người đứng lên.
Ngày nay muốn Sông bền Núi vững
Phải làm sao cho xứng người xưa
Yêu nòi giống hiểu thời cơ
Bốn phương một ý phụng thờ giang sơn
Đừng lo yếu, hãy chung hờn
Cần câu đánh giặc từng hơn giáo dài.

Trả Núi Sông ta! Lời dĩ vãng
Thiên thu còn vọng đến tương lai
Trả ta Sông Núi, câu hùng tráng
Là súng là gươm giữ đất đai...
Trông lên cao ngất phương trời
Hồn thiêng Liệt sĩ bừng tươi sắc cờ.[1]

[1] Đoạn đầu và đoạn cuối của bài thơ này đã được Lê Tấn Dương phổ
nhạc. Xin xem ký âm trong phần Phụ Lục.

Xuân Tứ

Hán tự và Quốc âm
xin xem Hán tự (chính thể) ở phần Phụ Lục

Oanh thanh lịch lịch chuyển u tùng
Xuân tứ triền miên thục dữ đồng
Ngạnh chất bình do phiêu nộn thúy
Cựu thời hoa dĩ biến tân hồng
Hỗn trần ưng ngộ vô vi thuyết
Tận túy hà thương bất đảo ông!
Khước tiếu lăng tằng tam sổ bối
Thanh thiên hư ỷ kiếm thư hùng

Tiếng oanh hót vòm cây đứt nối
Ai cùng ta bối rối lòng xuân?
Cánh bèo ngơ ngác giang tân
Màu xanh chất cứng bao lần nổi trôi
Và đây nữa: Hoa thời xưa đó
Vụt biến sang màu đỏ chói lòa...
Tấm thân bụi lấm bùn pha
Thuyết Vô Vi có thấy là thanh tao?
Say đến chót xem nào, Phỗng đá!
Tên gọi Ông-chẳng-ngã; lo gì!
Lăng tằng cười những ai kia
Gươm thiêng chống mãi chưa hề ra tay.

Đuốc Thơ

Non sông một buổi nằm tanh máu
Lửa khét oan cừu đỏ bốn phương
Đối diện khóc trên mùa hợp tấu
Trời thanh bình cũ đất hiền lương

Có bao giờ nữa trăng là ngọc
Mây lại là tơ như trước kia
Hoa lại vàng son rừng lại vóc
Cỏ là nhung giải lối thôn quê!

Bao giờ? Biết có bao giờ nữa?
Ngọc nát tơ rời, chắp được đâu!
Nhân loại từ phen gây khói lửa
Thôn nhung rừng vóc mãi phai nhàu

Trăng hết là trăng của Ái Ân
Mây thôi ràng buộc ý xa gần
Hoa còn đâu nữa tình phong nhụy
Cỏ mất mùi hương tóc gái tân!

Có ai đau nỗi đau trời đất,
Buồn nỗi buồn thiêng của núi sông?
Ta nhớ thương hồn hoa cỏ mất
Theo làn mây nhẹ ánh trăng trong

Núi phía Nam *hề*, sông phía Bắc!
Trời phương Đông hỡi, đất phương Tây!
Mặc cho những kẻ mài gươm sắc
Ta chỉ mài riêng ngọn bút này...

Sao cho cái Đẹp, từng nhơ nhuốc
Vì lũ điên rồ, lại thắm tươi!
Bàn tay Nghệ Thuật nêu cao đuốc
Thiêu sạch lòng tham hộ Giống Người

Năm tháng rồi đây sẽ Thuấn Nghiêu,
Đầy xuân đầy nhạc đắm tình yêu
Non sông trời đất khô nguồn lệ
Hoa cỏ mây trăng lại diễm kiều.

Xứ Bụi Hồng kia bừng chói lói
Hào quang tỏa khắp chín mười phương
Ngôi Thơ một sớm cao vòi vọi
Nhân loại chầu quanh ngát khói hương

Xuân Thanh Bình

Khói đưa trừ tịch trầm gây biếc[1]
Hương đón nguyên tiêu nụ mở đào
Nhựa réo thanh bình vang trái đất
Cho lòng dâu bể cũng xôn xao

Thuyền Thơ chở hứng lên cao
Sông xuân lại có đêm nào nguyệt hoa
Bạc trôi từng lớp sao sa
Bảy màu mây, cửa Tháp Ngà vấn vương

Trời khuya chợt vẳng khúc Ngư Dương
Đá thét vàng kêu nhịp trống cuồng
Sực tỉnh trông ra ngoài giấc mộng
Hãy còn run rẩy ánh trăng suông

Tơ xuân rối loạn ai guồng
Mà nghe lòng Tháp buông tuồng khói mây?
Gió thanh bình đã về đây
Mưa vơi trừ tịch trăng đầy nguyên tiêu

[1] Khi đăng trong giai phẩm **Xuân Văn Hóa Ngày Nay** (1959), chữ
gây trong câu này nguyên là *xây*:
    Khói đưa trừ tịch trầm xây biếc

Tình Si

Vì ai làm một bài thơ
Tự [1] bao giờ, đến bây giờ mới xong
Đầu trang vằng vặc gương trong
Nhạc lơi cánh bướm hương phong nụ đào
Cuối trang vần điệu xôn xao
Lửa si mê bỗng cháy vào làn môi.
Đền nhau chẳng đợi luân hồi
Mười lăm năm họa chút nguôi giận hờn! [2]
Sánh vai căn vặn nguồn cơn
Miệng Người Yêu có ngọt hơn trăng rằm?
Anh rằng: Đôi cánh phương tâm
Mái Tây vừa thoảng [3] hương trầm đó Em!
Kề vai căn vặn nỗi niềm
Má Người Yêu có tơ mềm tuyết nhung?
Em rằng: Một đóa phù dung
Mấy tang thương vẫn ngại ngùng gió mưa!

Lời sao lời mới dễ ưa!
Vàng nghiêng lòng chén, hoa chưa ráo thề...
Hoàng Hà chi thủy lai hề?
Phó cho Sông chảy ngược về Trời cao!

Trong thi phẩm ***Đời Vắng Em Rồi Say Với Ai*** (1971), bài thơ này có
tựa là *Một Bài Thơ.* Cũng trong thi phẩm này
[1] chữ *"tự"* in là *"từ"*
[2] hai câu này đổi thành
    Đền nhau một chiếc hôn rồi
    Mười lăm năm biết có nguôi giận hờn?
[3] chữ *"thoảng"* in là *"thoáng"*

Cảm Truyện Nàng Tơ

Khoảng đôi bờ chữ máu xôn xao
Nét mực bay hoa mở suối Đào
Ai oán tình Tơ thiên tuyệt kỹ:
Tang, tùng...! Nước chảy khóc non cao

Từ hôm mười ngón đỏ bi thương
Nhịp trúc lời ca dứt vấn vương
Bút ấy ngờ đâu thề ấy cởi
Đêm nào... cho bến lại Tầm Dương!

Cho Tầm Dương lại bến Cô Tô
Quạ thét trăng tà rụng lá ngô
Đàn phới chiêm bao Chùa vọng xuống
Con thuyền Linh Cảm ghé vi lô

Sóng đìu hiu giỡn mái chèo say
Phách giật Mê Hà quạnh tối nay
Trở giấc, đèn thu bông kết lửa
Trang từng trang, đã vướng *tơ* đầy.

Mai Trắng

Xuân mới, ba mươi sáu nõn nường
Riêng cành mai cũ chiếm yêu đương
Dài sông nghĩa ấy tình cao núi
Pha tuyết thân này mặt nhuốm sương
Chẳng đợi Đông quân làm Đạo chủ
Vẫn là Hoa hậu sánh Thi vương
Giang Nam mộng lẫn vào Giang Bắc
Trời bốn phương, lòng chỉ một phương

Tâm Sự Phố Phường

Tâm sự chìm sâu bụi phố phường
Nghẹn ngào hơi thở lớp tang thương
Hỡi ơi! Hà Nội bao đêm trắng
Từng đón lòng ta mỗi ngả đường

Vì ta nghe thấu vào hơi thở
Nhìn thấu vào tâm sự bốn phương
Tiềm thức đêm đêm trời rộng mở
Ta chờ linh cảm ý quê hương

Không gian từng kết hình trong mộng
Và sắc thời gian ở chiếu giường
Sông núi xa xưa về hiện bóng
Hồn say ta vượt hết biên cương

Lẽ đâu, và nỡ nào, ta để
Cố quận riêng mình xót nhiễu nhương!
Trận gió ghê tanh mùi chiến địa
Thành mây rợn đỏ máu tà dương

Hỡi gươm đáy sóng, rùa chân tháp!
Ta hiểu rồi, Người, nỗi đoạn trường!
Gió lại còn tanh mùi phấn sáp
Và mây còn đỏ máu hiền lương

Ngõ cụt nào kia trăng lạnh lắm?
Ngã ba này nữa xám màu sương!
Thanh bình cõi ấy xa nghìn dặm
Gạch ngói nằm rên rỉ vết thương

Từng con mắt gỗ hoen giòng lệ
Tiếng khóc thầm dâng mỗi nách tường
Đá cũng nhàu gan bia Tiến Sĩ
Cây vườn Bách Thảo tóc phai hương

Chợt tiếng ai gào muôn điệp khúc
Tự Hồ Tây lại, Đống Đa sang
Cầu Long Biên với cầu Thê Húc
Bền sắt tươi son hẹn đá vàng

Tâm sự bấy lâu đà cởi mở:
Thanh bình không phải giấc mơ xuông!
Đêm nay Hà Nội đẫm hơi thở
Vào nhịp cười say một gã cuồng.

Lộng Chương

Đợi suốt mười năm một đứa con
Là đây: trời đất bỗng vàng son
Hoa, mùa xuân tới, hoa bừng nở
Trăng, đến rằm, trăng lộng lẫy tròn

Từ hôm nay nhỉ! Suối hào quang
Nối mãi giòng Thơ họ Vũ Hoàng
Ngọc nhả thành Chương, Oanh ríu rít
Ôi lòng cha mẹ khúc tân xoang!

Con ngủ trong nôi mộng dịu hiền
Chung quanh, đời chợt lắng bình yên
Nghe từng nét mặt từng hơi thở
Hiện bức tranh thần, bản nhạc tiên

Thơ Say, Vân Muội, Mây, Rừng Phong,
Liên tiếp ra đời, tưởng vẫn không
Phải có một thằng Tuân mới đủ
Cho ta mừng thấy lũ con đông

Hoa đến mùa, trăng đã đến tuần,
Ước mơ đã hiện Vũ Hoàng Tuân
Đầy trời ánh sáng, hương đầy đất
Lòng kết vàng son hội mở xuân.

Thủy Tiên

Từng non dạo cánh bể dong thuyền
Mở một phương trời hỏi túc duyên
Người kết thơ Mây còn có Mộng
Hoa soi gương Nước hẳn là Tiên!
Chén vàng đâu đó lìa trăng xuống
Gót ngọc này đây vượt sóng lên
Trong cõi yên ba đều khác tục
Cứ gì trong rượu, hỡi Thanh Liên!

Tuổi Xanh

Trăng dịu từ phen gặp gió lành
Sông lam từ buổi gặp non xanh
Từ hoa quen bướm trời quen đất
Em đã yêu rồi, đã của Anh!

Thuở ấy tuổi Vàng hay tuổi Đá?
Yêu nhau ai tính tuổi bao giờ!
Gối xuân chỉ biết từ nghiêng sóng
Vân điệu trôi dài mãi tuổi Thơ

Tuổi dẫu Vàng bay, dẫu Đá qua,
Vàng chưa ai nhạt, Đá ai nhòa.
Trái tim vẫn tuổi Đồng trinh bạch
Thì sắc hương còn vẹn tuổi Hoa

Thời gian có mỏi cánh chim bằng
Vũ trụ sang mùa tận thế chăng?
Anh vẫn còn Thơ về giáng bút
Em còn Hoa đủ kết hoa đăng

Hoa gieo ánh sáng ngập tinh cầu
Bút vẽ thành Thơ giấc mộng đầu
Nắng rộng mưa dài thu một nét
Không gian còn lại có bề sâu.

Lứa đôi tái thế vẫn tương phùng
Nguyên Thủy nào đâu khác Cực Chung
Anh muốn dìu Em giờ hiện tại
Nghe trăng hòa điệu nước lên cung

Hòa điệu lên cung trăng nước dậy
Xuyên ngang gió trận dọc mây thành
Tuổi Thơ này với Hoa Niên ấy
Muôn trước ngàn sau thăm thẳm xanh

Đăng Trình

Bao nhiêu hạt cát bến sông này
Đã bấy nhiêu ngàn thế kỷ nay
Ta vượt ngàn năm đường ánh sáng
Tự ngoài Vô Tận đến nơi đây

Trái Đất mừng ta nhạc vút cao
Băng sơn gầm thét hỏa sơn gào
Bóng ta in xuống chân trời mới
Nhật Nguyệt hai phương ngửa mặt chào

Muôn màu chen dự lễ đăng quang
Biển nước xanh lơ biển cát vàng
Hoa tím buông lơi sườn cỏ biếc
Ôi rừng trinh bạch đảo hồng hoang!

Nhưng vẻ thiên nhiên tự buổi đầu
Với thời gian đã mất về đâu?
Núi sông mòn mỏi bao hưng phế
Hiện nét già nua mặt địa cầu

Đại lục buồn soi bóng đại dương
Cỏ hoa rừng đảo úa dần hương
Cũng như Trái Đất khô dần nhựa
Còn, chỉ còn dư vị chán chường

Đêm đêm ta dõi mấy tầng cao
Tìm một không gian mới lạ nào
Lấp lánh Quê Trời thơ hẹn bến
Giam mình Quê Đất mãi hay sao!

Nhân loại ra đi chẳng một lần
Hợp tan nào khác mảnh phù vân
Trên đà tốc độ siêu quang ấy
Một chuyến đăng trình một hóa thân

Này lúc vèo qua hệ Thái Dương
Ném sau ngàn đốm lửa kim cương
Mạn phi thuyền cháy lên rừng rực
Ta gõ mà ca: Thiên nhất phương!

Khi ấn hành thi phẩm này vào năm 1959, Vũ Hoàng Chương có ghi thêm hai câu sau vào cuối sách

Hoa Đăng thi phẩm Vũ Hoàng Chương
Năm chục đề thơ chín chục trương
V. H. C.

Lần tái bản này, xin lại mạn phép thêm vào hai câu đã viết từ 2008, khi cùng một số thân hữu soạn trang web vuhoangchuong.org

Từng chữ ân cần sao chép lại
Cho đời xanh mãi mộng Thi Vương
N. K.

Phụ Lục

① 掩映徐妝
册户蒲
忙曉味坦
飲昌枯

武黄達

② Đã có thơ đốt cháy thời gian
Lửa sáng khoảng cách
Ta ngàn năm hẹn
Người nghe
lòng chưa cô đơn
người ngâm
còn đẹp tươi hồn ô mai

③ 東兩峯挂
天雲之
南北情華
萬里雲

武黄達

Ảnh gia đình, từ trái sang phải:
  - phu nhân Định Thị Thục Oanh
  - thi sĩ Vũ Hoàng Chương
  - con trai Vũ Hoàng Tuân

Thủ bút thi sĩ
1. chữ Nôm
    Em đến từ trang sách họ Bồ
    Mang theo mùi đất ẩm xương khô
        (Người Nữ Hoa Tiêu)
2. chữ Việt
    Hơi thơ đốt cháy thời gian
    Lùi sâu khoảng cách ba ngàn ngày hơn
    Người nghe lòng chưa cô đơn
    Người ngâm còn đẹp tuổi hờn ô mai
        (thơ tặng ca sĩ Hoàng Oanh)
3. chữ Hán
    Đông tây mộng quải tam canh nguyệt
    Nam bắc tình khiên vạn lý vân
        (Loạn Trung Biệt Hữu)

Hiệu Đính

Khi biên soạn, chúng tôi đã mạn phép thay đổi một vài lối viết chính tả, xin ghi lại như sau:

Bản gốc	Đổi thành	Bản gốc	Đổi thành
bẩy (ra)	bày (ra)	giở	dở
bẩy	bảy	giợn (sóng)	dợn (sóng)
chẩy	chảy	(ghê) giợn	(ghê) rợn
chiêu (朝)	triêu (朝)	rây (bùn)	giây (bùn)
chĩu	trĩu	rậy	dậy
dàn	giàn	rõi	dõi
dăng (tơ)	giăng (tơ)	ròn (rã)	giòn (giã)
dậu	giậu	(đổi) rời	(đổi) dời
dùm	giùm	rứt	dứt
đẵm	đẫm	sác	xác
gẩy	gãy	sào sạc	xào xạc
giải	dải	(cắt) sẻ	(cắt) xẻ
giào giạt	dào dạt	trăn (in sai)	trăm
rào rạt	(không đổi)	xạ (乍)	sạ (乍)
giạo	dạo	xan xát	san sát
giọc	dọc	xênh (phách)	sênh (phách)
giõi	dõi	xim	sim
giong (chơi)	dong (chơi)	xuông	suông
giồn (lại)	dồn (lại)	xụp	sụp

Hán Tự

Vô Đề

Rừng Phong trang 2

冷桂香沈蒼海月

亂蓬心帶白雲秋

Lãnh quế hương trầm thương hải nguyệt
Loạn bồng tâm đới bạch vân thu

Kinh Kha

Rừng Phong trang 6

風蕭蕭兮易水寒

(壯士一去兮不復還)

Trong **Sử Ký** của Tư Mã Thiên, phần *Kinh Kha Truyện*
  Phong tiêu tiêu hề Dịch thủy hàn
  (Tráng sĩ nhất khứ hề bất phục hoàn)
N.K. dịch thoát
  Gió hiu quạnh, nước sông lạnh
  (Tráng sĩ một đi, có bao giờ về!)

Xích Bích Phú

Rừng Phong trang 24

望美人兮天一方

Trong **Tiền Xích Bích Phú** của Tô Đông Pha
  Vọng mỹ nhân hề thiên nhất phương

Ra Đi

Rừng Phong trang 54

召以煙兮假以文

詩書起病劫遭焚

憑相山水助奇氣

盡付樓臺空白雲

怪怪楚賢唯獨醒

堪嗟孔聖亦惶紜

須知顛沛奚傷我

踏岸歌聲投筆聞

Chỉ Vị Khanh

Rừng Phong trang 65

(半生風骨崚嶒甚)

一片柔懷只為卿

Thơ cổ, không rõ tác giả
   (Bán sinh phong cốt lăng tằng thậm)
   Nhất phiến nhu hoài chỉ vị Khanh
Vũ Hoàng Chương dịch, bài *Đêm Vàng Thủy Tạ*, trong thi phẩm **Trời
Một Phương** (1962)
   (Ngang tàng nửa kiếp văn chương)
   Lòng chỉ vì Khanh mềm đó
Theo Trần Từ Mai, Vũ Hoàng Chương cũng có bản dịch khác
   (Nửa đời sương gió ngang tàng lắm)
   Mềm, chỉ vì Khanh, một trái tim

Khởi Sầu

Hoa Đăng trang 12

不許塵聲入臥樓

夢中合浦正還珠

天邊忽報來方信

乍起姑蘇夜半愁

Bài này cũng xuất hiện với tựa *Cảm Đề* trong tập thơ **Hoàng Ca** của Nguyễn Hoàng Quân (1951), nhưng hai câu sau, viết thảo, có thay đổi vài chữ như sau

Thiên biên hốt đáo Hoàng Ca khúc
Tận Diệt *Cô Tô dạ bán sầu.*

天邊忽報**黃歌曲**
儘滅姑蘇夜半愁

Ý Đàn

Hoa Đăng trang 25

明日欲辭南浦道

何人更唱北宮聲

Hai câu thực trong bài *Đề Đào nương xá* của Cao Bá Quát.

Trong **Cao Bá Quát - Danh nhân truyện ký**, Trúc Khê đã dịch hai câu trên như sau

Bến Nam mình sắp câu từ giã,
Cung Bắc ai còn tiếng nỉ non?

Phó Giang Hồ

Hoa Đăng trang 32

一旦樓臺有若無

噓將身世付江湖

年年叢菊青衫溼

處處煙塵白骨枯

欲飲墫前催蟋蟀

將行岸上泣葦蘆

仙洲此別關懷甚

太絆詩魂與夢孤

Loạn Trung Biệt Hữu

Hoa Đăng trang 42

對面曾稱天籟文

今朝別矣筆應分

東西夢挂三更月

南北情牽萬里雲

濁酒孤燈愁不語

黃衫青眼噫何員

秋風乍起蕭魂極

虎嘯猿啼恍忽聞

Đăng Lâu

Hoa Đăng trang 52

登樓長嘯作悲歌

對此江山奈若何

博浪一錘無地立

龍泉三尺幾天磨

興酣怒見奔秦鹿

曲罷驚聞泣洱河

知不知兮桑海客

故園誰掃夜來花

Hoài Niệm

Hoa Đăng trang 53

佳人環珮歸長夜

名士風塵走美髯

N.K. dịch thoát
Về với đêm dài người ngọc báu
Trôi cùng gió bụi khách tài hoa

Xuân Tứ

Hoa Đăng trang 63

鶯聲嚦嚦囀幽叢

春思纏綿孰與同

硬質萍猶漂嫩翠

舊時花已變新紅

混塵應悟無為說

儘醉何傷不倒翁

卻笑崚嶒三數輩

青天虛倚劍雌雄

Nhạc

Trả Ta Sông Núi

thơ Vũ Hoàng Chương - Lê Tấn Dương phổ nhạc

Giấy ủy Quyền

Tôi đứng tên chữ ký dưới đây là: Vũ hoàng Tuấn sinh ngày 17.1.1956 tại Saigon. Giấy chứng minh nhân dân số 020072802 thừa cư ngụ tại số: 92/7H, đường Điện Biên phủ Lê Tình, phường 21, Quận Bình Thạnh, thành phố Hồ Chí Minh Việt nam

Tôi nguyên là con của ông Vũ Hoàng Chương (1915-1976) và Bà Đinh thị Thục Oanh (1919-2005)

Mục đích thiết lập giấy Ủy quyền này là dành cho Ông: Trần Ngọc Khôi được in lại những tác phẩm của Cha Tôi là Thi sỹ Vũ hoàng Chương, Việc in ấn đó sẽ được thực hiện tại Hoa kỳ

Mọi tranh chấp lấy mạo nhận danh nghĩa Gia đình chúng Tôi hoàn toàn không được chấp nhận

12.6.2008 Con trai duy nhất của Thi sỹ

VŨ HOÀNG TUẤN